சு.ரா.வுக்குப் பின்

சு.ரா.வுக்குப் பின்

கமலா ராமசாமி (பி. 1938)

திருநெல்வேலி மாவட்டம் கடம்போடுவாழ்வில் பிறந்தவர். தந்தை லெக்ஷ்மணய்யர். தாயார் தைலாம்பாள். ஐந்தாம் வகுப்புவரை சொந்த ஊரில் படித்தார். பின்னர் ஒன்பதாம் வகுப்புவரை மதுரை கான்வென்ட்டில் படித்தார். அந்தக் கோடை விடுமுறையில் திருமணம். திருமணத்துக்குப் பின் நாகர்கோவிலில் கணவர் வீட்டில் படிப்பு தொடர்ந்தது. உடல் நலக்குறைவு காரணமாகத் தேர்வு எழுத இயலவில்லை.

கணவர்: சுந்தர ராமசாமி; மகள்கள்: சௌந்தரா, தைலா, தங்கு; மகன்: சுந்தரம் (கண்ணன்)

மின்னஞ்சல்: suraasantacruz@gmail.com

கமலா ராமசாமி

சு.ரா.வுக்குப் பின்

காலச்சுவடு பதிப்பகம்

● அன்பார்ந்த வாசகருக்கு,

வணக்கம்.

காலச்சுவடு நூலை வாங்கியமைக்கு நன்றி.

நூலின் உள்ளடக்கம், உருவாக்கம், அட்டைப்படம் இன்ன பிற அம்சங்கள் பற்றிய உங்கள் கருத்துகளையும் ஆலோசனைகளையும் காலச்சுவடு வரவேற்கிறது. தகவல், எழுத்து, வாக்கியப் பிழைகள் தென்பட்டால் அவசியம் தெரிவித்து உதவுங்கள். நூல் தயாரிப்பில் கடும் குறைபாடு இருப்பின் மாற்றுப் பிரதி உங்களுக்குக் கிடைக்கக் காலச்சுவடு ஏற்பாடு செய்யும்.

மின்னஞ்சல்: **publisher@kalachuvadu.com**

காலச்சுவடு நாகர்கோவில் அலுவலகத்திற்குக் கடிதம் அனுப்பலாம்.

தங்கள்
எஸ்.ஆர். சுந்தரம் (கண்ணன்)
பதிப்பாளர் – நிர்வாக இயக்குநர்

சு.ரா.வுக்குப் பின் ◆ கட்டுரைகள் ◆ ஆசிரியர்: கமலா ராமசாமி ◆ © கமலா ராமசாமி ◆ முதல் பதிப்பு: டிசம்பர் 2024 ◆ வெளியீடு: காலச்சுவடு பப்ளிகேஷன்ஸ் (பி) லிட்., 669, கே.பி. சாலை, நாகர்கோவில் 629001

காலச்சுவடு பதிப்பக வெளியீடு: 1343

cu.raa.vukkup pin ◆ Essay ◆ Author: Kamala Ramaswamy ◆ © Kamala Ramaswamy ◆ Language: Tamil ◆ First Edition: December 2024 ◆ Size: Demy 1 x 8 ◆ Paper: 18.6 kg maplitho ◆ Pages: 96

Published by Kalachuvadu Publications Pvt. Ltd., 669 K.P. Road, Nagercoil 629001, India ◆ Phone: 91-4652-278525 ◆ e-mail: publications @kalachuvadu.com ◆ Printed at Mani Offset, Chennai 600077

ISBN: 978-93-6110-090-1

12/2025/S.No. 1343, kcp 5503, 18.6 (1) ass

என் சு.ரா.வுக்கும்

என் குழந்தைகள்

சௌந்தரா சுந்தரம் – சுந்தரம்

தைலா ராமானுஜம் – ராம் ராமானுஜம்

கண்ணன் சுந்தரம் – மைதிலி சுந்தரம்

தங்கு ராம் – ராம் நரசிம்மன்

ஆகியோருக்கும்

முன்னுரை

சுந்தர ராமசாமியின் மனைவி கமலாம்மாவுக்கு இன்று 80ஆவது பிறந்ததினம். அவர் எனக்கு கமலா மட்டும்தான்; ஒரு தனித்த ஆளுமை. பல நேரங்களில் என் உயரத்துக்கு இறங்கி வந்திருக்கிறார். சில நேரங்களில் நானும் அவர் தோள் உயரத்திற்கு வளர்ந்திருக்கிறேன். இந்தத் ஏற்றத் தாழ்வு வயது கடந்த சிநேகத்தைச் சாத்தியப்படுத்தியது. அவர் என்மீது காட்டும் அன்புக்கு நான் என்றுமே நியாயம் செய்ததில்லை. ஆனால் அதை அவர் எப்போதும் பொருட்படுத்தியதுமில்லை. என் கமலுவுக்கு வாழ்த்துகளும் முத்தங்களும்...

2018ஆம் வருடம் முகநூலில் நான் எழுதிய குறிப்பு இது.

'நெஞ்சில் ஒளிரும் சுடர்' (சுந்தர ராமசாமி பற்றிய நினைவுகள்), 'நான் தைலாம்பாள்' நூல்களுக்குப் பிறகு கமலா ராமசாமி எழுதி வெளிவரும் மூன்றாவது நூல் 'சு.ரா.வுக்குப் பின்'. பதினாறு வயது முடிவடையும் முன்பே திருமணம் முடிந்து ஐம்பது வருடங்கள் சு.ரா.வுடன் வாழ்ந்த கமலாவின் இயல்பில் சு.ரா.வுடைய ஆளுமையின் தாக்கம் நிச்சயம் இருந்திருக்கும். சு.ரா.வின் மறைவுக்குப் பின்னரான 18 வருட வாழ்க்கை குறித்து எழுதப்பட்ட இக் கட்டுரைகளின் தொகுப்பு கமலா என்னும் தனித்த ஆளுமையை அடையாளப்படுத்துபவை. கமலாவின் சுயத்தைப் பற்றியவை.

சு.ரா.வோடு பழகும் வாய்ப்பு எனக்குக் கிடைக்கவில்லை. சு.ரா.வுக்குப் பின்னரான கமலாம்மாவோடு

பழகும் வாய்ப்பு கிடைத்திருக்கிறது. கமலாம்மாவுக்கு சு.ரா.வின் மேலிருந்த பெருங்காதல் எல்லோரும் அறிந்ததுதான். சு.ரா.வின் மறைவு அவர் வாழ்க்கையில் ஏற்படுத்திய வெற்றிடம் எளிதில் நிரப்ப முடியாதது. சு.ரா. மறைந்து கிட்டத்தட்ட ஆறாவது வருடத்தில் அவர் எழுதிய முதல் நூல் 'நெஞ்சில் ஒளிரும் சுடர்'. அந்த வருடங்களில் எல்லாம் கமலாம்மாவின் நாட்களை முழுக்க சு.ரா.வே ஆக்கிரமித்திருந்தார். சு.ராவைப் பற்றிப் பேசும்போதெல்லாம் கண்கள் கட்டுமீறிக் கசியத் தொடங்கிவிடும். சு.ரா. நினைவுகளை எழுதிய காலங்களில் அவருடைய தத்தளிப்பைப் பார்த்திருக்கிறேன். எப்போதும் மெல்லிய சோகத்தோடே இருக்கும் கமலாம்மாவின் முகத்தில் எழுதி முடித்த பிறகு தெரிந்த அமைதி என்னையும் ஆசுவாசப்படுத்தியது. எழுத்து அவரைக் கொஞ்சம் இயல்பு நிலைக்குக் கொண்டுவந்திருந்தது. சு.ரா.வைப் பற்றி ஒரு சின்னப் புன்சிரிப்போடு பிறகு பேச ஆரம்பித்தார். பிரிவின் வலியின் ஆழம் தொட்டுக் கொஞ்சங்கொஞ்சமாகக் கமலா தன்னை மீட்டெடுத்த காலமே இந்நூலின் காலம்.

ஒருவகையில் இந்நூல் பயணங்களின் தொகுப்பு. பெண் பயணங்களின் தொகுப்பு. கணவன், குழந்தைகள், பேரக் குழந்தைகள் எனக் குடும்பப் பொறுப்புகளை நிறைவேற்றிய பின் கமலா தொடங்கிய பயணம். வீடு என்னும் சிறு கூட்டைத் தாண்டிப் பரந்த வெளியில் கமலா மேற்கொண்ட பயணம். ஒரு நாள், ஓர் இரவுடன் இரு நாட்கள், சில நாட்களென மாவட்டம், மாநிலம், நாடு தாண்டிய கமலாவின் பயணம். கற்றல் அனுபவங்கள், சோதனை முயற்சிகள், புதுப்பித்துக்கொள்ளல் மூலமாகத் தன் எல்லைகளை கமலா உடைத்த பயணம். கடந்த காலத்தில் தன் கருத்துகளை உறுதியாகத் தெரிவித்திருக்க வேண்டும், சுயமாகச் சிந்தித்து முடிவெடுத்திருக்க வேண்டும் என்றெல்லாம் சீர்தூக்கிப் பார்த்தும் உள்நோக்கித் திரும்பி மகிழ்ச்சியாக, அமைதியாக அர்த்தமுள்ள வாழ்க்கையை வாழ விரும்பும் கமலாவைக் கண்டடைந்த கமலாவின் பயணம்.

ஈராயிரக் குழவியானாலும் பெண் பயணம் சவாலானது. தனியாக, குழுவாகப் பெண் பயணம் என்பது இப்போதும் இந்தியச் சமூகத்தைத் தொந்தரவுக்குள்ளாக்குவது. நடைபயிற்சிக்குச் செல்லும்போது உருவான நட்பு வட்டத்தைச் சேர்ந்த பெண்கள் பயணம் மேற்கொள்ளும்போது கிடைத்த எதிர்வினையை கமலாம்மா பதிவுசெய்கிறார். "பெண்கள் தானாகவே ட்ரிப் ஏற்பாடுசெய்து ஆண் துணையில்லாமல் டூர் போய்வருகிறார்கள். துணிந்த கட்டைகள், வீட்டில் அடக்கி வைக்கும் ஆண்கள் இவர்களுக்கு இல்லை போலிருக்கிறது

என்று பள்ளி வளாகத்தில் பேச்சு கிளம்பியது. புன்சிரிப்புடன் மௌனமாகவே இருந்தோம்.”

இந்த அவதூறுகளைப் புறந்தள்ளி தொடர்ந்து மேற்கொண்ட பயணங்களுக்குப் பின், “எங்கள் மனைவிகளையும் அடுத்த டூருக்கு அழைத்துச் செல்வீர்களா? என்று கேட்டுவிட்டுச் சென்றார்கள்,” என்று நடைபயிற்சிக்கு வரும் ஆண்கள் கேட்கிறார்கள். அந்த ஆண்களும் பெயர் தெரியாத ஊரில் மொழி புரியாத நிலையில் முன்பின் தெரியாத ஆட்களுடன் இணைந்து நடனமாடும் நண்பிகளும் பெண் பயணத்தின் முழுப் பரிமாணங்களையும் காட்டிவிடுகிறார்கள்.

“ஓங்கப்பா புண்ணிய ஸ்தலங்கள் எதுக்காவது கூட்டிண்டு போயிருக்காரா, என்று குறைபட்டுக்கொள்ளும் தன் அம்மா தைலாம்பாளை ‘நான் தைலாம்பாள்’ நூலில் பதிவுசெய்திருப்பார் கமலாம்மா. அதிசயமாகக் கணவர் மாமாங்கம் கூட்டிப் போனதும் அங்கு செல்லம்மாவைச் சந்தித்து நேரம் போவது தெரியாமல் பேசித் தீர்த்து மகிழ்ச்சியாக இருந்ததுமான வரிகள் தொடர்ந்து வரும். ‘நெஞ்சில் ஒளிரும் சுடர்’ நூலில் அம்மா மதுரையில் இருந்த மகிழ்ச்சியான காலகட்டம்பற்றி, “ஒரு சிறு கிராமத்திலிருந்து மதுரைக்கு வந்தது அம்மாவுக்கு ஒரு மாற்றமாக இருந்தது. தினம் மீனாட்சி அம்மன் கோவில் போவது, கோவிலில் கிருபானந்த வாரியாரின் கதாகாலட்சேபம் கேட்பது, பக்திப் படங்களுக்குப் பக்கத்து வீட்டு மாமிகளுடன் ‘மாட்னி ஷோ’ போவது என்று சந்தோஷமாக இருந்தாள்,” என்று குறிப்பிட்டிருப்பார்.

வருடங்களுக்குப் பிறகு தைலாம்பாளின் மகள் கமலாவும் தன் பயணத்தின் அத்தனை சுவாரஸ்யங்களையும் எழுத்துமூலம் வாசகர்களுக்குக் கடத்திவிடுகிறார். தன் பயண அனுபவங்களை எழுத்தாக்கும்போது கமலாம்மாவின் நினைவுத்திறன் வியப்பை ஏற்படுத்துகிறது. துல்லியமான விவரிப்பு, ஆழ்ந்த பார்வை வாசிப்பின் சுவையைக் கூட்டுகிறது.

என் அம்மாவழிப் பாட்டி, அப்பாவழிப் பாட்டி, கமலாம்மா மூவருக்குமே சம வயதுதான். பொதுவாகவே பாட்டிகளுடைய ஆளுமையின் பரிமாணங்கள் நம்மைத் திணறடிப்பவை, ஊக்கப்படுத்துபவை, உற்சாகப்படுத்துபவை, ஊட்டமளிப்பவை, கற்றுக்கொடுப்பவை. கமலாம்மா நவீனமாகச் சிந்திப்பவர். தொடர்ந்து கற்றுக்கொள்பவர், மேம்படுத்திக்கொள்பவர். அவரது தலைமுடியைப் போலவே எண்ணங்களுக்கும் இன்னும் நரையேறவில்லை. ‘அப்பா இறந்ததும் மொட்டை அடிச்சு முக்காடு போட்டுக்கொள்ள’ முடிவெடுத்த அம்மா

தைலாம்பாளிடம் அவர் எதிர்ப்பைத் தெரிவித்தது 'நான் தைலாம்பாள்' நூலில் பதிவாகியிருக்கும். தன் எழுபதுகளில் பேரன்கள் நந்து, ராகுல் இருவருடைய திருமணத்தையும் நடத்தும் பொறுப்பை ஏற்றிருந்த கமலாம்மா இணையம்வழி பெண் தேடக் கற்றுக்கொண்டார். அந்தக் காலகட்டத்தில் அவர் பகிர்ந்துகொண்ட அனுபவங்கள் சுவாரஸ்யமானவை. தனிக் கட்டுரையாகப் பதிவுசெய்யப்பட வேண்டியவை. இந்நூலில் இடம்பெறும் 'மேடிஸன் என்கிற மேடி மிடில்ட்டன்' கட்டுரை அவருடைய நவீன மனதுக்கு ஓர் உதாரணம் மட்டுமே.

ஒரு முற்பகல் நேரத்தில் 'சுந்தர விலா'ஸின் நடுக்கூடத்தில் கண்ணனுடன் அமர்ந்து பேசிக்கொண்டிருந்தபோது கமலாம்மாவிடம் காலச்சுவடு பதிப்பகத்தில் பணியில் சேரப் போவதாகச் சொல்லி என்னை அவரிடம் அறிமுகப்படுத்தினார். மாணவிப் பருவத்தில் இருந்த நானோ முனைவர் பட்டமா, வேலையா எனக் குழம்பியிருந்தேன். பணியில் சேர்வது குறித்துப் பேசிக்கொண்டுதான் இருந்தோம்; அதுகுறித்து நான் முடிவெடுத்திருக்கவில்லை. தோழமை நிறைந்த சிரிப்போடு பேசி என்னைப் பற்றி விசாரித்த கமலாம்மாவிடம் திணறலோடே பதிலளித்தேன், பேசினேன். தனிப்பட்ட உரையாடல்தான். கமலாம்மா என்னிடம் பேசி முடித்தபோது பணியில் சேர்வதாக ஏனோ தெளிவாகவே முடிவெடுத்தேன். கமலாம்மாவுடனான முதல் சந்திப்பு அது.

பணியில் சேர்ந்தபோது அவர் அமெரிக்காவுக்குச் சென்றிருந்தார். இரண்டு வருடத்துக்குப் பிறகு திரும்பி வந்தார். இடையில் எந்த உரையாடலும் இல்லை. பார்த்தவுடன் அருகில் வந்து உள்ளங்கையைப் பற்றிக்கொண்டார். இந்நூலின் உள்ளடக்கத்தின் காலம் முழுமையும் கமலாம்மாவோடு இருந்திருக்கிறேன். முன்னுரை எழுதும் இத் தருணத்தில் அவர் உள்ளங்கையின் ஈரத்தைத் திரும்பவும் உணர்கிறேன்.

சுசீந்திரம், **ரீனா ஷாலினி**
25 டிசம்பர் 2024

1

"அப்பாவின் மறைவுக்குப் பின்னுள்ள உன்னுடைய வாழ்க்கையை எழுதிப்பாரும்மா" என்றாள் மகள் தைலா. போனில் பேச்சுக்கு நடுவில் என்னுடைய தத்தளிப்பைச் சொன்னதும் தைலா கூறிய ஆலோசனை இது. யோசனை என் மனதுக்குப் பிடித்ததால் எழுதிப் பார்க்கும் எண்ணம் தோன்றியது.

சு.ரா.வின் மறைவு 2005 அக்டோபரில் நிகழ்ந்தது. 18 வருடங்கள் கடந்துவிட்டன. சு.ரா.வின் காலத்துக்குப்பின் என்னுடைய நாள்கள் எப்படி கழிந்துகொண்டு இருக்கின்றன என்று நினைத்துப் பார்த்துக்கொள்கிறேன்.

எங்கள் மகள் தங்குவின் முதல் பிரசவம். சு.ரா.வும் நானுமாகப் பிரசவத்துக்கு உதவ வேண்டுமென்று நினைத்துக்கொண்டிருந்தோம். 'உனக்கு நிறைய வேலை இருக்குமென்பதால் குக்கர் வைக்க, காய் நறுக்க எல்லாம் சொல்லிக்கொடு. நீ குளிக்க சாப்பிட போகும்போது குட்டிப்பயலயும் கவனித்துக்கொள்கிறேன். (ஸ்கேன் மூலம் ஆண் குழந்தைதான் என்று தெரிந்திருந்தது)' என்று சொல்லிக்கொண்டிருந்தார். அதற்குள் சுனாமி, சூறாவளி எல்லாம் ஏற்பட்டு என்னுடைய வாழ்க்கையையே புரட்டிப் போட்டுவிட்டது. சு.ரா. இல்லாமல் தனியாகவே அமெரிக்கா புறப்பட்டுச் சென்றேன். பிரசவ காரியங்களிலும் குழந்தையை வளர்ப்பதிலும் குழந்தையின் முகபாவனையைப் பார்த்து மகிழ்வதிலும் என்னை மறந்து ஈடுபட்டது மனப்புண்ணுக்கு மருந்தாக அமைந்தது.

தங்குவுக்கு மனு பிறந்து இரண்டரை வருடங்களுக்குப் பிறகு நீரத் பிறந்தான். நடுவில் கிரீன்கார்டு சம்மந்தமாக நாகர்கோவில்

வந்துகொண்டிருந்தாலும் அடுத்த பிரசவம் இருந்ததால் கூடுதலும் கனெடிகட்டில்தான் இருந்தேன்.

தங்கு வேலைக்குப் போவதால் டே கேரில் குழந்தைகளைச் சேர்த்தபிறகு ஊர் வந்தேன்.

தங்குவின் இரண்டு பிரசவங்கள். நாலைந்து வருடங்கள் ஓடிவிட்டன. அதன் பின் அமெரிக்கா செல்வது அநேகமாக நின்றுவிட்டது. எனக்கு சு.ரா. இல்லாமல் அமெரிக்கா ருசிக்க வில்லை.

●

2

2010 இல் ஊருக்கு வந்ததும் மனதில் வெறுமை தோன்ற ஆரம்பித்தது. என்ன செய்ய வேண்டுமென்று தெரியவில்லை. எழுதும் ஐடியா எதுவும் கைகூடி வரவில்லை. நண்பர்கள் அக்கறையோடு நிறைய ஆலோசனைகள் வழங்கினார்கள். எதுவும் எனக்குப் பொருந்திவரவில்லை.

செல்போனில் பலதரப்பட்ட வார்த்தை விளையாட்டை விளையாடினேன். சுடோகு போடுவது மிக மிகப் பிடித்த விளையாட்டு.

கண்ணனின் மகன்கள் சாரங்கனும், முகுந்தனும் பள்ளிக்கூடம் விட்டு வந்ததும் அவர்களுடன் விளையாடுவேன். அவர்களுடைய சின்னச் சின்ன சண்டை சச்சரவுகளைத் தீர்த்து வைப்பேன். சிறு பாடல்களை ராகம் போட்டுப் பாடச் சொல்லிக்கொடுப்பேன். சாரங்கன் பள்ளிக்கூட நாடகம் ஒன்றில் நடித்து நடுவர்களின் பாராட்டைப் பெற்றான். அதைப் பார்த்துப் பார்த்து மகிழ்ந்தது நினைவில் நிற்கிறது. பரிசாக ஒரு பிளாஸ்டிக் வெள்ளை டப்பா நீல மூடியுடன் வாங்கிவந்தான். அதை மாத்திரைகள் போடும் டப்பாவாக இன்றும் வைத்துக்கொண்டிருக்கிறேன். சாரங்கன் பெங்களூர் கிறைஸ்ட் யூனிவர்சிட்டியில் பட்டப்படிப்பு முடித்துவிட்டு சென்னை ஏசியன் ஸ்கூல் ஆஃப் ஜர்னலிசம் என்னும் கல்லூரியில் ஒரு வருடம் படித்தான். நொய்டாவில் இந்தியன் எக்ஸ்பிரஸில் நான்கு வருடங்கள் வேலை பார்த்துவிட்டுத்தான் அமெரிக்கா சென்றான். அங்கு போய் பட்ட மேற்படிப்பு முடித்துவிட்டான். வருடங்கள் பறந்துவிட்டன. குழந்தைகள் சம்பந்தப்பட்ட நிகழ்வு எதுவும் மறக்கவில்லை.

அதேபோல் முகுந்தன் அவன் பள்ளிக்கூட நாடகத்தில் பைடு பைப்பர் ரோலில் நடித்து

நடுவர்களின் பிரமாதமான பாராட்டைப் பெற்றான். தாத்தா பாட்டிகளுக்கான கூட்டம் ஒன்று அவன் பள்ளியில் நடந்தது. முகுந்தன் சார்பாக நான் முதல்முறையாக மேடையில் பாரதியார் பாடல் ஒன்றைப் பாடிப் பாராட்டுப்பெற்றேன்.

முகுந்தன் பெங்களூர் கிறைஸ்ட் யூனிவர்சிட்டியில் (2017 – 2020 – பி.ஏ) பட்டப்படிப்பு முடித்துவிட்டு ஹைதராபாத் சென்று (2021 – 2023) EFLU யூனிவர்சிட்டியில் பட்ட மேற்படிப்பு முடித்தான். இரண்டு வருடம் வேலை பார்த்துவிட்டு பிஎச்.டி. பண்ணும் பிளானில் இருக்கிறான். சென்னை ஷிவ்நாடார் பல்கலைக்கழகத்தில் லெக்சரர் வேலை கிடைத்து விட்டது. பிடித்த வேலை. மகிழ்ச்சியாக இருக்கிறான்.

பலவிதமான வேலைகள், பிறஈடுபாடுகள் என்று பொழுதைப் போக்கினாலும் மனதில் தத்தளிப்பு இருந்துகொண்டிருந்தது.

சிறு சிறு நிகழ்வுகள் நடுவில் நடந்தாலும் உற்சாக மில்லாமல்தான் வாக்கிங் போய்க்கொண்டிருந்தேன். சு.ரா.வுடன் வாக்கிங் சென்ற நாள்கள் நினைவில் வந்து துக்கத்தை ஏற்படுத்திக்கொண்டிருந்தன.

•

3

வயதானவர்கள், தம்பதியினர், தனிப்பட்ட ஆண்கள், இளைஞர்கள், பெண்கள் என்று பலதரப்பட்ட ஆட்களும் பள்ளி மைதானத்தில் நடந்துகொண்டிருந்தார்கள்.

ஒருநாள் நடந்துவிட்டு மேடைபோன்ற திட்டையில் உட்கார்ந்து ஓய்வெடுத்துக்கொண்டிருந்தேன். அருகில் ஒரு பெண்மணி வந்து அமர்ந்தார். முதலில் புன்னகை, குசலம் விசாரிப்பு. நாளை காலை இதே நேரத்தில் சந்திப்போம் என்று பிரிந்தோம். மறுநாளும் சந்தித்துக்கொண்டோம். பேசிக்கொண்டே நடந்தோம். அவர்கள் என்னை விட வேகமாக நடப்பதால் அவரவர் போக்கில் நடக்கும்படி பணித்துவிட்டு, திட்டையில் சந்திப்போம் என்று சொல்லிப் பிரிந்தோம். சந்தித்தோம். பிறகு எண்ணிக்கை இரண்டு மூன்றானது. நாலு ஐந்து என்று பெண்மணிகளின் எண்ணிக்கை கூடிக்கொண்டேவந்து, கொஞ்சங் கொஞ்சமாக இருபது பேர் சேர்ந்துவிட்டோம். எந்த முன்னெடுப்பும் செய்யாமலேயே இந்த சிநேகிதம் கைகூடி வந்தது. திட்டையில் அமர்ந்து பதினைந்து, இருபது நிமிடங்கள் அளவளாவிவிட்டுத்தான் பிரிவோம். இது எங்கள் எல்லோருக்குமே ஒரு மாற்றமாக அமைந்தது.

O

என் வீட்டிலிருந்து கிளம்பி பள்ளி வளாகத்துக்குள் நுழைவதற்குள் அவரவர் வீட்டிலிருந்து ஏழெட்டுப்பேர் சேர்ந்துவிடுவோம். எல்லோருடைய நடையும் ஒரே வேகத்தில் இருக்க வாய்ப்பில்லை. ஒரே ஸ்பீடில் இருப்பவர்கள் சேர்ந்து நடப்போம். ஜெட் வேகத்தில் நடப்பவர்களும் இருக்கிறார்கள்.

சு.ரா.வுடன் நடக்கும்போது, அவர் வேகத்திற்கு என்னால் தாக்குப்பிடிக்க முடியாது. ஓடி ஓடித்தான் அவருடன் சேர்ந்துகொள்வேன்.

பள்ளிவளாகத்தின் ஒரு சுற்று 950 மீட்டர். ஒரு கிலோ மீட்டருக்கு 50 மீட்டர்தான் குறைவு. ஆரம்பத்தில் எனக்கு ஒரு சுற்றுவர 8 நிமிடங்கள் எடுக்கும். வயது ஏற ஏற நிமிடங்களும் கூடிக்கொண்டே வந்தன. இப்பொழுது ஒரு சுற்றுவர 13-14 நிமிடங்கள் எடுக்கின்றன. வீட்டிலிருந்து கிளம்பிப் போவது, வருவது, பள்ளி வளாகத்தை மூன்று முறை சுற்றுவது எல்லாம் சேர்த்து 3 கிலோ மீட்டர் தினம் நடப்பேன்.

○

பத்திருபது பெண்கள் திட்டையை ஆக்ரமித்துப் பேசிக் கொண்டிருப்பது பிற நடைபயிலுபவர்களின் கவனத்தை ஈர்த்தது. பழகப் பழக எங்களுக்குள் அன்னியோன்யம் ஏற்படத் தொடங்கிற்று. பலதரப்பட்ட விஷயங்களைப் பற்றிப் பேசிக்கொள்வோம். சமையல் குறிப்பு, அரசியல், திருட்டு, கொலை, சாவு என்று பல விஷயங்கள் அலசப்படும். கர்நாடக இசை, சினிமா, நாடோடிப் பாடல்களும் பாடப்படும்.

இது எந்த அளவுக்குப்போயிற்று என்றால், ஜலதோஷம் காய்ச்சல் உள்ளவர்கள்கூட நடக்க முடியாமல் வீட்டிலிருந்து வந்து நாங்கள் நடந்து முடித்து வரும்வரை உட்கார்ந்திருப்பார்கள். வந்ததும் சம்பாஷணையில் கலந்து கொண்டுவிட்டு, வீட்டுக்குச் செல்வார்கள்.

●

4

பேச்சுக்கு நடுவில் ஒருநாள் பயணமாக எங்கேயாவது போய்வரலாமே என்று பேச ஆரம்பித்து, பூவாறு போவது என்று தீர்மானமா யிற்று. ராஜிகுமார் ஏற்பாடு பண்ணுவதாக உற்சாகமாகச் சொன்னாள். திரு. குமார் பணி ஓய்வுக்குப்பின் எஸ்டேட் சொந்தக்காரர்களுக்கு ஆலோசகராக பணிபுரிந்துகொண்டிருக்கிறார். அவரால் ஏற்பாடுகளை சுலபமாகச் செய்துவிட முடியும். ரமாதேவி வேன் ஏற்பாடு பண்ணும் வேலையைஉற்சாகமாக ஏற்றுக்கொண்டாள். ஞாயிற்றுக்கிழமைகளில் நடக்கப்போக மாட்டோம் என்பதால் ஒரு ஞாயிறு காலை ஐந்து மணிக்கு எங்கள் வீட்டிலிருந்துதான் வேன் கிளம்பிற்று. எங்கள் குழுவில் ஒன்றிரண்டு பேர் தவிர பதினேழு பேர் கிளம்பியிருப்போம். வேட்டாளி அம்மன் கோவில் பிள்ளையாருக்கு விடல் போட்டுவிட்டுக் கிளம்பினோம். போகும் வழியில் நடுவில் ஒரு பிரபல ஹோட்டலில் இறங்கி, டிபன் காபியை முடித்துக்கொண்டோம்.

படு உற்சாகமாக, பாட்டும் கூத்துமாக பூவாறை எட்டினோம். இரண்டு படகுகளில் பூவாறைச் சுற்றிவந்தோம். மதியம் சாப்பாட்டுக்கு அங்கேயே ஏற்பாடு செய்திருந்ததால் படகிலேயே சாப்பிட்டோம். படகோட்டி இரண்டு படகு களையும் இணைத்துவிட்டார். இரண்டு படகு களிலும் மாறிமாறிப் பரிமாறிக்கொண்டு படு உற்சாகமாகச் சாப்பிட்டோம். படகிலிருந்து இறங்கிப் படிகளில் ஏறி இறங்கி அணைக்கட்டைப் பார்த்து, அங்கேயே சுடச்சுட ஒரு டீயும் அருந்தி நடுவில் கோவளம் கடற்கரையையும் பார்த்துவிட்டு எட்டு எட்டரைக்குள் வீடு வந்துசேர்ந்தோம். வண்டி எங்கள் வீட்டு வாசலில் நின்றது. அவரவர்

வீட்டிலிருந்து கூட்டிப்போக ஆட்கள் வந்திருந்தார்கள். சுற்றுலா பயணம் அருமையாக அமைந்தது. இரண்டு வாரத்தில் இதேபோல் பொன்முடிக்கும் போய்வந்தோம்.

வயதில் மூத்தவள் என்கிற மதிப்பும் மரியாதையும் அன்பும் என்னிடம் அவர்களுக்கு இருந்தது. டூர் செல்லத் தயங்கி நிற்பவர்களை, "இதுபோல் சின்சியராக ஏற்பாடு செய்து கூட்டிப்போவது லேசான காரியமில்லை. பெண்களாக ஆடிப்பாடி மகிழ்ந்து கும்மாளம் அடிக்கலாம் என்று உற்சாகப்படுத்திக் கிளப்புவேன். நிறைய விளையாட்டுக்களைத் தயார் செய்து பஸ்ஸில் விளையாடுவதற்குத் தோதாக கொண்டு வருவேன். எல்லோரும் விதவிதமான தின்பண்டங்கள் கொண்டுவந்து எல்லோருக்கும் பகிர்ந்தளிப்போம்.

பெண்கள் தானாகவே சுற்றுலா பயணம் ஏற்பாடு செய்து ஆண் துணையில்லாமல் போய்வருகிறார்கள். துணிந்த கட்டைகள், வீட்டில் அடக்கி வைக்கும் ஆண்கள் இவர்களுக்கு இல்லை போலிருக்கிறது என்று பள்ளி வளாகத்தில் பேச்சுக் கிளம்பியது. புன்சிரிப்புடன் மௌனமாகவே இருந்தோம். டேஃபடில்ஸ் (Daffodiles) என்கிற பெயரில் ஒரு வாட்சப் குழுவை உருவாக்கிச் செய்திகள் பரிமாறிக்கொண்டோம். சந்தோஷச் செய்தி துக்கச் செய்தி, அதிசய நிகழ்வுகள் எங்கள் குழுவில் வெளிநாட்டுக்கு யார் செல்லப்போகிறார்கள், வெளிநாட்டிலிருந்து யார் திரும்புகிறார்கள் என்பதுபோன்று ஏராளமான செய்திகளைப் பரிமாறிக்கொள்வோம். பிறந்தநாள், கிரகப்பிரவேசம், திருமணம் என அனைத்திற்கும் அழைப்பிதழ்கள் அனுப்பிக்கொள்வதும் வாட்சப்பில்தான். தினம் தூங்கி விழித்ததும் எங்கள் குழு வாட்ஸ்அப் செய்தி பார்க்கும் பழக்கத்துக்கு வந்துவிட்டது.

○

ஒரு நாள் பயணமாக நிறைய இடங்கள் பார்த்துவிட்டோம். காளிகேசம், கன்னியாகுமரி, ஷீரடி சாய்பாபா கோவில், கொற்கை முருகன் கோவில், சிதரால், திருவட்டார் கோவில், மார்த்தாண்டம் அருகிலிருக்கும் முத்தக்காடு எனப் பல இடங்கள். முத்தக்காட்டில் ஆர்க்கிட் மலர்கள் மண் இல்லாமல் கரியும் தென்னஞ்சௌரியையும் சேர்த்து உறையில் சுற்றி பந்தலில் தொங்கவிட்டிருந்தார்கள். தண்ணீரை அவ்வப்போது தெளிக்கிறார்கள். விதவிதமான நிறங்களில் ஆர்க்கிட் பூக்கள் பூத்துக் குலுங்கின. முதன்முதலில் பெரிய பரப்பளவில் மண் இல்லாமல் அந்தரத்தில் பூத்துக் குலுங்கும் செடிகளைப்

பார்த்ததும் பிரமிப்பாகவே இருந்தது. இப்பொழுது எங்கள் வீட்டிலேயே மருமகள் மைதிலியின் ஏற்பாட்டில் ஆர்கெட் பூக்கள் அந்தரத்தில் தொங்கிக் கொண்டிருக்கின்றன. இந்தப் பூக்களின் விசேஷம் என்னவென்றால், மாதக்கணக்கில் வாடாமல் செடியிலே இருக்கும்.

●

5

ஒருநாள் தங்கிவரும் ஊர்களுக்குச் செல்லத் திட்டம்போட்டோம். அப்படிப்போன இடங்கள் கொடைக்கானல், தாண்டிக்குடி. கொடைக்கானல் எல்லாருக்கும் தெரிந்த இடந்தான். தாண்டிக்குடியிலிருந்து ஒரு குன்று தாண்டினால் பழநி கோயில். தாண்டிக்குடி கோவிலிலிருக்கும் முருகக் கடவுள்தான் இங்கிருந்து குன்று தாண்டிப் பழநி ஆண்டவராகப் பழநியில் உட்கார்ந்துகொண்டிருக்கிறார் என்பது ஐதீகம்.

நான்கு நாள் பிரயாணமாக தில்லி சென்றதுதான் ஆச்சரியமான விஷயம். தமிழ்நாடு ஹோட்டலில் அறைகள் எடுத்துத் தங்கினோம். தில்லி, ஆக்ரா, செங்கோட்டை, தாஜ்மஹால் எல்லாம் பார்த்துவிட்டு ரிஷிகேஷில் ரூம் எடுத்துத் தங்கி ரிஷிகேஷ், பத்ரிநாத், ஹரித்துவார் போன்ற இடங்களைப் பார்த்தோம். சின்மயானந்தா ஆசிரமம், ஹரித்துவாரில் கங்கைக்கரை ஆரத்தி எல்லாம் பார்த்து மகிழ்ந்தோம். (எல்லாக் கோயில் களிலும் நிறைய படிகள் ஏற வேண்டி வந்தது.)

கூட்டமாகப் பேசிக்கொண்டே படி ஏறும் போது கஷ்டம் தெரியவில்லை. பதினெட்டு பேர் இருக்கலாம் வழக்கம்போல் எங்கள் வீட்டு வாசலிலேயே வேன் ஏறி திருவனந்தபுரம் விமான நிலையம் போனோம். நேராக தில்லி விமான நிலையம் போய் இறங்கிவிட்டோம். ஏற்பாடு செய்யப்பட்ட வேன் வழிகாட்டியுடன் வந்திருந்தது. அதில் தமிழ்நாடு ஹோட்டல் வந்து தங்கினோம். மிகுந்த உற்சாகமாகச் சுற்றிப் பார்த்தோம். சொந்தங்களுடன் இடங்கள் சுற்றிப் பார்ப்பது என்பது வேறு; நண்பிகளுடன் இடங்களைச் சுற்றுவது தனி ருசிதான்.

தனியாகப் பத்துப் பதினெட்டுப் பெண்களாக வந்திருக்கிறோம் என்று பயம் ஏற்படாத வகையில் பக்காவான ஏற்பாடுகளைச் செய்திருந்தோம். நடுவில் எல்லா இடங்களிலும் ஷாப்பிங் வேறு. இவை எல்லாவற்றிற்கும் சிகரம் வைத்தது போல் ஒரு நிகழ்ச்சி நடந்தது. நாங்கள் பேருந்தில் ஒரு இடத்திலிருந்து மற்றோரு இடத்திற்குச் செல்லும்போது ஒரு மாப்பிள்ளை ஊர்வலம். மாப்பிள்ளையை அலங்காரம் செய்து குதிரையில் ஏற்றி மாப்பிள்ளையின் முகத்தை மறைத்து பரிவட்டம் சுற்றி, கொட்டும் மேளமுமாக, ஆண்களும் பெண்களும் நடனம் ஆடிக்கொண்டு கும்பலாகச் சென்றார்கள்.

ஒரு சிநேகிதிக்கு அவர்களுடன் சேர்ந்து நடனம் ஆட வேண்டுமென்று தோன்றிவிட்டது. வழிகாட்டி உதவியுடன் மாப்பிள்ளை வீட்டாரிடம் சென்று அரைகுறை இந்தியில் பேசி நடனம் ஆடக்கூடிய தோழிகள் ஏழெட்டுப் பேர் இறங்கிச் சென்றார்கள். அவர்களுடன் சேர்ந்து இவர்களும் ஆட மிச்சம்பேர் பஸ்ஸிலிருந்து வேடிக்கை பார்த்துக்கொண் டிருந்தோம். போக்குவரத்து மிகுந்த சாலையில் பெரிய கும்பலே கூடிவிட்டது.

நடனமணிகள் ஆடி முடித்து வேர்க்க விறுவிறுக்க வந்து பஸ்ஸில் ஏறினார்கள். மாப்பிள்ளை வீட்டுக் கும்பலுக்கு ஒரே மகிழ்ச்சி. அட்டகாசமாகச் சிரித்துக்கொண்டே கையசைத்து வழியனுப்பி வைத்தார்கள். பேருந்து ஓட்டுநருக்கும் வழிகாட்டிக்கும் ஒரே ஆச்சரியம். தமிழ்நாட்டி லிருந்து வந்து பாஷையும் தெரியாமல் இந்தக் கலக்கு கலக்குகிறார்களே என்று.

இரண்டு நாட்கள் ஓய்வெடுத்த பிறகு வாக்கிங் போக ஆரம்பித்தோம். அதற்குள் பள்ளி மைதானத்தில் எங்கள் புகழ் பரவ ஆரம்பித்திருந்தது. ஆணவம் பிடித்தவர்கள் அல்ல. சாதாரணப் பெண்மணிகள்தான் என்பதை ஒத்துக்கொண்டு விட்டார்கள் போலிருக்கிறது. சுற்றுலா பயண விவரங்களை ஆவலுடன் கேட்டுத் தெரிந்துகொண்டார்கள். ஒன்றிரண்டு பேர் எங்கள் மனைவிகளையும் அடுத்த டூருக்கு அழைத்து செல்வீர்களா என்று கேட்டுவிட்டுச் சென்றார்கள்.

தைரியம் ஏற்பட ஏற்பட வெளிநாட்டு பயணத்திற்கும் திட்டம்போட ஆரம்பித்தோம். இணையத்தில் தேடி வழிகாட்டியையும் கண்டுபிடித்து தாய்லாந்து போவது என்று தீர்மானித்தோம். இந்த ஏற்பாட்டைச் செய்தவள் சிந்து.

பதினைந்து பதினாறு பேர் உற்சாகமாகத் தாய்லாந்துக்குக் கிளம்பிவிட்டோம். தில்லி பயணத்திற்கு விஜயா பொறுப்பு எடுத்துக்கொண்டாள். தாய்லாந்து பயணத்திற்கு சிந்து. ஒன்டே டூர் ராஜிகுமார். பஸ் ஏற்பாடு ரமா என்று பொறுப்பாகவும் உற்சாகமாகவும் செய்தார்கள்.

என்னுடைய வாக்கிங் தோழிகளுடன் தாய்லாந்துக்குச் சென்றதும் நீங்காத நினைவாக மனதில் தங்கியிருக்கிறது .

(காண்க: தாய்லாந்து சுற்றுலா – பின்னிணைப்பு 3)

6

2005ஆம் ஆண்டு அக்டோபர் 15 அன்று சு.ரா. மறைந்தார். அதே ஆண்டு நவம்பர் 13இல் எங்கள் கடைசிப் பெண் தங்குவுக்கு மனு பிறந்தான். தங்கு குறிப்பிட்ட தேதிக்கு நான் நாகர்கோயிலிலிருந்து கிளம்பினாலும், குழந்தை அதற்கு முன்னாலேயே பிறந்துவிட்டான். சுகப் பிரசவம் என்பதால் மூன்றாவது நாளே தாயையும், சேயையும் வீட்டுக்கு அனுப்பிவிட்டார்கள். நான் அங்கு செல்லும் போதே தங்குவும் குழந்தையும் வீட்டிற்கு வந்துவிட்டார்கள். நீரத் பிறந்தது 2008 ஏப்ரல். நான் பிரசவத்திற்கு முன்பே அங்கிருந்த தால் அவனை ஆஸ்பத்திரியில் சென்று பார்த்தேன். மூன்றாவது நாள் வீட்டுக்கு வந்துவிட்டோம்.

சு.ரா. 80 பன்னாட்டு கருத்தரங்கு கன்னியாகுமரி விவேகானந்தா கேந்திராவில் ஜூன் 3, 4, 5 தேதிகளில் நடந்தது. தங்கு அவளுடைய அப்பாவின் மூன்று, நான்கு கவிதைகளை வெவ்வேறு ராகத்தில், கருத்தரங்கில் பாடுவதற்காக USA-யிலிருந்து வந்திருந்தாள். கவிதைகளை வாசிப்பது, ராகம் போட்டுப் பாடுவது என்பதில் கருத்து வேறுபாடு இருந்தாலும் ரவி சுப்பிரமணியன் போன்றவர்களுக்கு அவள் விதவிதமாக ராகத்தில் பாடியது மிகவும் பிடித்திருந்தது. நான்காம் தேதி 'நெஞ்சில் ஒளிரும் சுடர்' புத்தகத்தை கி.ரா. வெளியிட நெய்தல் கிருஷ்ணன் பெற்றுக் கொண்டார். 2016ஆவது வருடம் டிசம்பரில் 'நான் தைலாம்பாள்' வெளிவந்தது. 'நெஞ்சில் ஒளிரும் சுடர்', 'நான்தைலாம்பாள்' படித்துவிட்டு முத்துலிங்கத்திடமிருந்து கடிதங்கள் வந்தன. இரண்டு புத்தகங்களையும் பாராட்டி கடிதம் எழுதியிருந்தார். புத்தகங்கள் பிடித்திருக்கலாம்.

அவருடைய ஆத்மார்த்த நண்பரின் மனைவி எழுதியிருக்கிறார் என்பதும் காரணமாக இருக்கலாமோ என்று எனக்குத் தோன்றும்.

○

சு.ரா. மறைந்து ஏழாம் வருடத்தில் யதேச்சையாக அவர் பிறந்த மே மாதத்தில் 'நெஞ்சில் ஒளிரும் சுடர்' பிரசுரமானது.

கண்ணன் அதைப் புத்தகமாகக் கொண்டுவரப் போகிறேன் என்றதும் சுகுமாரன் செம்மை செய்தது. எம்.எஸ்., ஷாலினி போன்றவர்கள் பிழைதிருத்தம் செய்தது, ஷாலினி புத்தக வடிவமைப்புக்கு ஆத்மார்த்தமான உழைப்பைக் கொடுத்தது எல்லாமே சரசரவென்று நடந்து முடிந்தன. தமிழ் இலக்கிய உலகில் செல்லம்மா பாரதியின் நூலுக்கு இணையான நூலாகக் கவிஞர் சுகுமாரனின் பாராட்டும் புத்தகத்தின் பின்னட்டையில் கிடைத்துவிட்டது. வேறென்ன வேண்டும். புத்தகமாக வந்தபின் பலரது பாராட்டும் கிடைத்தது. ஆறு வருடத்துக்குப் பின் 'நான் தைலாம்பாள்' வெளிவந்தது. என் பாட்டியின் கதையைப் பாட்டியே சொல்வதாக எழுது என்று கண்ணன் சொன்னதை மனதில் கொண்டு எழுதினேன். அப்படி எழுதியதுதான் புத்தகத்தின் மதிப்பு உயர்த்திவிட்டது என்று பலரிடமிருந்து பாராட்டு வந்தது.

சுகுமாரனின் முன்னுரைக்காகப் பல எழுத்தாளர்கள் காத்திருக்கும்போது என்னுடைய இந்தக் குட்டி புத்தகத்திற்கு சுகுமாரன், தானே முன் வந்து முன்னுரை எழுதுவதாகக் கூறி எழுதியது புத்தகத்திற்கு விருது கிடைத்ததற்கும் மேலானதாகவே கருதினேன்.

●

7

அடுத்து கூடங்குளம் அணு உலைக்கு எதிரான போராட்டத்தை முன்னெடுத்த சுப. உதயகுமாரின் மனைவி மீராவின் சாக்கர் ஸ்கூலுக்கு கதை சொல்லும் பாட்டியாகப் போய் வர ஆரம்பித்தேன் *(2016–2017)*. மகிழ்ச்சியான பொழுதுபோக்காக இதைச் செய்துகொண்டிருந்தேன். மீராவுக்கு அவள் பள்ளியை லட்சியப் பள்ளியாக மாற்ற வேண்டுமென்று விருப்பம். அதற்காகக் கடுமையான உழைப்பைப் போட்டாள்.

அதிலொன்றுதான் பாட்டி கதை சொல்வது என்கிற பகுதி. ஒரு பாட்டியாகவே மாறிக் கதை சொல்ல ஆரம்பித்தது இயற்கையாகவே அமைந்துவிட்டது. சுமார் இரண்டு ஆண்டுகள் அந்தப் பணியில் தொடர்ந்து ஈடுபட்டேன்.

இரண்டாம் வகுப்பிலிருந்து எட்டாம் வகுப்புவரை எனக்குத் தந்தார்கள். மொத்தம் மூன்று மணி நேரம். *40* நிமிடம் ஒரு வகுப்பு. *1.30* மணிவரை எடுத்துவிட்டு, காரில் வீட்டுக்கு வந்துவிடுவேன். பள்ளிக்கூடம் ஐந்தாறு கிலோ மீட்டர் தூரத்திலிருந்தது.

எந்த வகுப்புக்கு என்ன கதை சொல்ல வேண்டும், எந்தப் பாடல் ராகம் போட்டுச் சொல்லிக் கொடுக்க வேண்டுமென்பதைத் தினம் ஹோம் ஒர்க் செய்து தீர்மானித்துக்கொள்வேன். பாட்டிக் கதை சொல்லும் செஷன் மாணவ மாணவியர்களுக்கு மிகவும் பிடித்துவிட்டது என்று மற்ற பிரிவு ஆசிரியர்களும் சொன்னார்கள். குழந்தைகள் ஆரவாரமாக வருவதிலிருந்தும் அதை உணர முடிந்தது.

பள்ளி ஆண்டு விழாவுக்குப் பாட்டுப் பாடுவதற்கு இரண்டாம் வகுப்பு முதல் பத்தாம் வகுப்புவரை மாணவிகள் என்னிடம் பாட்டுக்

கற்றுக்கொண்டார்கள். குழந்தைகளுக்குப் பொருத்தமான சினிமா பாடல், பாரதியார் பாடல், கர்நாடக சங்கீதத்தில் எளிமையான பாடல்கள் எல்லாம் சொல்லிக்கொடுத்தேன்.

பரீக்ஷா நாடகக் குழுவை நடத்திவந்த ஞாநியின் மனைவி பத்மாவதி (மா) யின் நான்கு புத்தகங்கள் எனக்குக் கிடைத்தது. அதிலிருந்து சில பகுதிகளை வகுப்புவாரியாக வாசித்துக் காட்ட ஆரம்பித்தேன். எனக்கும் அந்தப் புத்தகத்திலிருந்து பல விஷயங்களைத் தெரிந்துகொள்ள முடிந்தது. பாட்டி இப்படிப் பல, பல நண்பர்களிடமிருந்து பல கதைகளையும் பாட்டுக்களையும் சேகரித்துப் பழைமையான கதைகளுடன் தினுசு தினுசான மாடர்ன் கதைகளையும் சொல்ல ஆரம்பித்து விட்டாள். குழந்தைகளின் மகிழ்ச்சிக்கு அளவே இல்லை.

சாக்கர் பள்ளிக்கு உற்சாகமாகப் போய்க்கொண்டிருந்தேன். மீராவும் நானும் உற்ற தோழிகளாகிவிட்டோம். தைலாவின் பெண் நிஷாவும் அவளுடைய கோடை விடுமுறைக்கு இங்கு வந்து என்னுடன் பள்ளியில் பணிபுரிந்தாள். பள்ளிக் குழந்தைகளுடன் விளையாடி அவர்களுடன் ஐக்கியமாகி விட்டாள். அவள் அமெரிக்கா போன பிறகும் பள்ளிக் குழந்தைகள் அவளைத் தேடிக்கொண்டே இருந்தார்கள். “நிஷாக்கா எப்ப வருவாங்க?” என்று கேட்டுக்கொண்டே இருந்தார்கள்.

பல வருடங்களுக்குப் பிறகு கோயம்புத்தூர் ஆனைக்கட்டியி லுள்ள பிரேமா ரங்காச்சாரி அவர்கள் நடத்தும் வித்யாபவனம் பள்ளிக்கூடத்திலும் பாட்டும் கதையும் கற்பித்திருக்கிறேன். கதைப் புத்தகங்கள், பாட்டுநோட்டு, குறிப்புகள் என்று ஏக தடபுடலுடன் எடுத்துச்சென்றேன். இரண்டு வாரத்துக்குள் கோவிட் பரவ ஆரம்பித்ததில் ஊர் வந்துசேர்ந்தேன். கொள்ளை நோயால் உலகமே ஸ்தம்பித்து நிற்கும்போது வேறு என்ன செய்ய?

●

8

தங்குவின் பிரசவங்கள் முடிந்து அமெரிக்காவி லிருந்து வந்து வாக்கிங் போக ஆரம்பித்த சிறிது நாட்களிலேயே இருபது தோழிகள் சேர்ந்து விட்டோம் என்பது குடும்ப உறுப்பினர்களிடமும் ஆச்சரியத்தை ஏற்படுத்தியது. டூர் போவதற்கெல்லாம் உற்சாகப்படுத்தினார்கள். ஏழெட்டு ஆண்டு களுக்குப் பிறகு அமெரிக்கா செல்ல நேர்ந்தது. தைலா, தங்கு, மூத்த பெண் சௌந்தராவின் இளைய மகன் ராகுல் எல்லோர் வீட்டுக்கும் போய்வந்தேன். ராகுலின் மனைவி பர்சாவும் நானும் ஒரே படுக்கை யில் உறங்கினோம். செல்போனைப் பக்கத்து மேஜையில் வைத்திருந்தேன் இரவு முழுவதும் மெசேஜ் வரும் சத்தம் கேட்டுக்கொண்டிருந்தது, என்னுடைய வாக்கிங் தோழிகளிடமிருந்துதான். கால வித்தியாசத்தால் ஏற்படும் குழப்பம். இப்படி ஒரு நண்பர் குழுவைப் பற்றிக் கேள்விப்பட்ட பர்சாவுக்கு ஒரே சந்தோஷம். காலையில் ராகுலிடம் சொல்லி மகிழ்ந்துகொண்டிருந்தாள். தைலாவுக்கும் தங்குவுக்கும் போன்செய்து சந்தோஷத்தைப் பகிர்ந்துகொண்டாள். நெருங்கிய சொந்தக்காரர்களுக்கும் இந்தச் செய்தி பரவியது. அப்பாவின் நிழலாக வாழ்ந்துகொண்டிருந்த அம்மாவின் சுயம் வெளிப்பட ஆரம்பித்திருக்கிறது என்று உண்மையும் கிண்டலும் கலந்து பேசிக் கொண்டார்கள்.

கண்ணனும் மைதிலியும் என் எண்பது வயது பிறந்தநாளைக் கொண்டாட சிறப்பான ஏற்பாடுகளைச் செய்தார்கள். நெருங்கிய சொந்தக்காரர்கள், என்னுடைய டேஃபடல்ஸ் சிநேகிதிகள் என்று வாட்ஸ் அப்பில் அழைப்பு விடுத்து, கொண்டாடினோம்.

என்னுடைய சிநேகிதிகள் ஒருவர் பாக்கியில்லாமல் வந்து மகிழ்ச்சியை வெளிப்படுத்தினார்கள். தங்க மோதிரமும் அணிவித்தார்கள். சொந்தக்காரர்களும் வந்து மகிழ்ச்சியை வெளிப்படுத்தினார்கள்.

என் வீடு மையமாக இருப்பதால் வீட்டைத் தாண்டித்தான் அநேகம் பேருக்கும் வாக்கிங் செல்ல வேண்டும். ஜலதோஷம், காய்ச்சல் என்று நான் வாக்கிங் போகவில்லை என்றால், வாக்கிங் முடிந்து போகும்போது பார்க்க ஓடோடி வந்து விடுவார்கள்.

பிறந்தநாள் பார்ட்டி வைத்து ஒருவருக்கொருவர் அழைத்துக்கொள்வோம். என் முஸ்லிம் சிநேகிதியின் மகன் பி.ஹெச்.டி. முடித்துவிட்டான் என்று எங்களுக்கு விருந்து வைத்தாள். நான் அவள் வீட்டுக்குச் சென்று விருந்தில் கலந்துகொண்டேன். அவர்கள் குடும்பத்துக்கே ஆச்சரியம். எனக்காக வீட்டிலேயே சைவ சமையல் ஏற்பாடு செய்திருந்தார்கள். அன்று விரதமிருந்த இரண்டு மூன்றுபேர் என்னுடன் சைவ சாப்பாட்டை உண்டார்கள்.

9

சேதுராமன் எங்கள் குடும்ப நண்பர். ஸ்டேட் பேங்க்கில் மேனேஜராக இருந்தார். 1986இல் மாற்றல் கிடைத்ததும் மனைவியையும் அழைத்துக் கொண்டு வீட்டுக்கு வந்துவிட்டார். "*காலச்சுவடு இதழ் வெளிவந்ததும் முதல் காலச்சுவடு இதழை வாங்கியது நான்தான்*" என்று பெருமையாகச் சொன்னார். அவர் பேச்சில் முதல் தரமான வாசகர் என்பது தெரிந்தது. அவர் மனைவி தேவசுந்தரி என்கிற தேவகி. இரண்டு குடும்பமும் அன்னியோன்யமாகப் பழகிவிட்டோம். மாற்றலாகிப்போன பிறகும் தொடர்பு இருந்து கொண்டிருந்தது. 2004இல் நடந்த எங்களின் திருமண வாழ்வின் ஐம்பது ஆண்டு நிறைவு நாளுக்கு சென்னையிலிருந்து வந்தார்கள். சு.ரா.வுக்குப் பொன்னாடை போர்த்தி, எனக்கு சேலை, ஜம்பர் எடுத்து மாலை அணிவித்து விசேஷமான மனநிலையை உண்டாக்கிவிட்டார்கள். மறுநாள் கன்னியாகுமரி பார்க்கச் சென்று சுனாமியில் சொத்தவிளையில் மாட்டிக்கொண்டு அவருடைய பெண் அகிலாவும் ஒரு வயதுக் குழந்தை தாரணியும் அந்த இடத்திலேயே இறந்துவிட்டார்கள். சேதுராமனும் நாலைந்து நாள்கள் கஷ்டங்களை அனுபவித்துவிட்டு மரணமடைந்தார். வீட்டி லுள்ளவர்கள் ஒருவருக்கொருவர் புலம்பித் தீர்த்துக்கொண்டோம். சு.ரா. கூடுதல் மௌனமாகி மேலும், கீழும் நடக்க ஆரம்பித்துவிட்டார். முகம் கறுத்துவிட்டது. எந்த வேலையையும் செய்ய முடியவில்லை.

சேதுராமனுக்கு சு.ரா., *காலச்சுவடில்* அஞ்சலிக் கட்டுரை எழுதியிருந்தார். அதைப் படித்த ரவிக்குமார் (வி.சி.க.) சு.ரா.வின் அஞ்சலிக் கட்டுரைக்காகவே சாகலாம் போலிருக்கிறது என்று சொன்னது நினைவில் நிற்கிறது.

சுனாமியில் சேதுராமன், அகிலா, கைக்குழந்தை தாரணி மூவரும் காலமான பிறகு எனக்கும் தேவகிக்கும் உள்ள நெருக்கம் இன்னும் கூடிவிட்டது. பரஸ்பரம் ஆறுதல் வார்த்தைகள் பேசிக்கொள்வதுகூடக் காரணமாக இருக்கலாம்.

பெங்களூர் வந்து தன் வீட்டில் கொஞ்ச நாட்கள் தங்கிச் செல்லும்படி தேவகி அழைத்துக்கொண்டே இருந்தாள். கண்ணனுடன் பெங்களூர் போனேன். கண்ணன் என்னை தேவகியிடம் ஒப்படைத்துவிட்டுத் தன் வேலையைக் கவனிக்கப்போய்விட்டான். ஏற்காடு சென்று இரண்டு நாள்கள் தங்கினோம். மைசூரில் பிருந்தாவன், சாமுண்டேஸ்வரி கோயில் போன்ற இடங்களைப் பார்த்துவிட்டு வந்தோம். தேவகியின் மகன் காசி மிகுந்த உற்சாகமாக எல்லா இடங்களை யும் சுற்றிக் காட்டினான்.

கண்ணனின் மூத்த மகன் சாரங்கன் க்ரைஸ்ட் யூனிவர்சிட்டியில் படித்துக்கொண்டிருக்கும்போது டாக்டர் கிருஷ்ணசாமி அதன் டீனாக இருந்தார். கிருஷ்ணசாமி வாலிபராக சு.ரா.வைச் சந்திக்க நாகர்கோவில் வந்திருக்கிறார். துடிப்பான பையன், முன்னுக்கு வருவார் என்று சு.ரா. சொன்னது நினைவுக்கு வந்தது.

சாரங்கன் படிக்கும் பல்கலைக்கழகத்தைப் பார்ப்பதற் காகவே பெங்களூர் சென்றேன். தேவகியுடன்தான் தங்கினேன். தேவகியும் நானும் புறப்பட்டு சாரங்கனைப் பார்க்கச் சென்றோம். டாக்டர் கிருஷ்ணசாமி பிரமாதமான வரவேற்புக் கொடுத்தார். என்னுடைய 'நெஞ்சில் ஒளிரும் சுடர்' புத்தகத்தில் என் கடைசித் தம்பி பதினொன்று வயதுக்குப் பிறகும் பள்ளிக்கூடத்தில் இடைவேளை நேரத்தில் ஓடி வந்து அம்மாவின் மார்பில் பால் குடித்துப் போவதாக ஒரு காட்சி வரும். அந்தச் சம்பவத்தைச் சொல்லி "இதேபோல் இதே வயதில் நானும் என் அம்மாவிடம் பால் குடித்திருக்கிறேன். ஒரு வயது கூடுதலாகவே தாய்ப்பால் அருந்தியிருக்கிறேன்" என்று சொல்லி அந்தச் சம்பவத்தை நினைத்து சந்தோஷப் பட்டுக்கொண்டிருந்தார்.

வீட்டுக்கு அழைத்து விருந்து வைத்தபிறகுதான் அனுப்பினார். அவர் மனைவி மல்லிகா சரளமாகப் பழகி சந்தோஷத்துடன் வழி அனுப்பிவைத்தார்கள். அவர்களும் அதே க்ரைஸ்ட் பல்கலையில் ஃபிரெஞ்சு கற்பிக்கும் ஆசிரியராக இருந்தார்கள்.

மறுநாள் மகாலிங்கம், அலி, தேவகி வீட்டிற்கு வந்து என்னை ஒருநாள் அவர்களுடன் தங்க வைத்து இரவுக்குள்

கொண்டு விட்டுவிடுகிறோம் என்று தேவகியிடம் சொல்லிவிட்டு அழைத்துச் சென்றார்கள். அலி வீட்டில் அலியின் மனைவி தாமரை, மகாலிங்கத்தின் மனைவி உமா, பாவண்ணன் மனைவி (பாவண்ணன் ஊரில் இல்லை) எல்லோரும் என்னைப் பார்ப்பதற்காக ஒன்றாகக் கூடியிருந்தார்கள். இரண்டு மணி நேரம் மகிழ்ச்சியோடு பேசிக்கொண்டிருந்தோம். நெஞ்சில் ஒளிரும் சுடர் பற்றியும் சில கேள்விகள் கேட்டார்கள். பிறகு அலியும் மகாலிங்கமும் என்னைப் பிரபல ஹோட்டலுக்கு விருந்துக்கு அழைத்துச் சென்றார்கள். பெண்கள் வீட்டில் வேலை இருக்கிறது என்று வரவில்லை.

ஆசை ஆசையாக மூவரும் ஏதேதோ வாங்கித் தந்தார்கள். இரவு உணவை முடித்துக்கொண்டு என்னை தேவகி வீட்டில் கொண்டுவந்து விட்டார்கள். அவர்கள் பிரியத்தைக் காட்டிய விதம் நெகிழ்ச்சியை ஏற்படுத்தியது.

●

10

சு.ரா. இல்லாத தனிமை வாழ்வில் தோழிகளுடன் பழகுவதும் பல இடங்களுக்குச் சென்று வருவதும் பெரிய மாற்றமாக இருந்தன. சிநேகிதிகளுடன் போவது ஒருபக்கம், குடும்பத்துடன் போவது மறுபக்கம் என்பது மன மகிழ்ச்சியை ஏற்படுத்தியது.

2005இல் பிரசவத்திற்காக தங்கு வீட்டில் தங்கியிருந்தபொழுது, பல நல்ல நிகழ்ச்சிகள் நடத்திருந்தாலும், குறிப்பிட்டுச் சொல்லும்படியான நிகழ்வுகளில் ஒன்றுதான் ஹாட் ஏர்-பலூனில் பறந்தது.

மற்றொன்று – ஒரு ஞாயிறு காலை தங்கு "அம்மா குளிச்சு, ரெடியா இரு. பகல் பத்து மணிக்குக் கோயிலுக்குப் போய்விட்டு வருவோம்" என்றாள். ரெடியானதும், அம்மா எனக்குத் தலைவலிக்கிறது. ரெஸ்ட் எடுத்துக்கொள்கிறேன். ராம், மனுவுடன் (மனு ஒன்றரை வயதுக் குழந்தை) போய்விட்டு வந்துவிடு என்றாள். அவள் வரவில்லை என்பது ஏமாற்றந்தான். என்றாலும் சரி என்று கிளம்பி போனோம்.

சுவாமி தரிசனம் முடித்து கோயிலெல்லாம் சுற்றிப் பார்த்துவிட்டு, போவோமா என்றேன். சிறிது உட்கார்ந்துவிட்டுப் போவேமே என்று ராம் சொன்னார்.

தரிசனம் முடிந்து கோயில் திண்ணையில் சிறிது நேரம் அமர்ந்துவிட்டு வீட்டுக்குப் போகும் பழக்கம் வழக்கத்தில் உண்டு. அதைக் கடைப்பிடிக்கிறார் என்று நினைத்துக்கொண்டேன்.

ராமுவுக்கு போன் வந்துகொண்டேயிருந்ததால் தாமதமாகத்தான் கோவிலிலிருந்து புறப்பட்டோம்.

வீட்டுக்கு வந்ததும் ஏகப்பட்ட கார்கள் மரத்தடியிலெல்லாம் ஒதுங்கி நின்றுகொண்டிருந்தன. நிறைய கார்கள் வந்து நிற்கிறதே. என்ன விசேஷம் ராம் என்று கேட்டேன். தெரியலையே விசாரிக்கிறேன் என்றார். காலிங் பெல்லை அழுத்தியதும், படாரென்று கதவு நிறந்தது. வீட்டின் பல அறைகளிலிருந்தும் மாமிகள் எட்டிப் பார்த்து happy birth day பாடினார்கள். அப்படியே விக்கித்துப் போய் நின்றுவிட்டேன்.

மாதத்திற்கு ஒருமுறை ஞாயிற்றுக்கிழமை ‘ஸ்லோகா மீட்’ என்று குடும்பமாகக் கூடும் வழக்கம் தங்குவின் வட்டாரத்தில் இருந்தது.

மாதம் ஒரு ஞாயிற்றுக்கிழமை கூடுவதால் மாமிகளெல் லாம் எனக்கு சிநேகிதிகளாகிவிட்டார்கள். தங்கு அவர்களை யெல்லாம் எனக்குத் தெரியாமல் சஸ்பென்ஸாக வரவழைத்துப் பகல் சாப்பாட்டுக்கும் ஏற்பாடு செய்திருக்கிறாள். பாட்டும் கூத்துமாக அந்தப் பிறந்தநாள் கோலாகலமாகக் கொண்டாடப் பட்டது. இவர்களுடைய சஸ்பென்ஸில் இதயம் நின்று போகாமலிருந்தது ஆச்சரியம்.

ஒரு விடுமுறைக்கு எல்லோருமாக நியூயார்க் போவதென்று தீர்மானித்தோம். நாகராஜனும் உண்டு. நாகராஜன் என்ற ராஜு சு.ரா.வின் தம்பி, குழந்தைகள் மனுவும் நீரத்தும் குஷியாகி விட்டார்கள். எனக்கு அதிக தூரம் நடக்க முடியாதென்பதால், ஒரு வீல் சேரை வாடகைக்கு வாங்கி ராம் காரின் பின்புறம் வைத்துக்கொண்டார்.

நடக்க முடியாதவர்களோ, உடல் ஊனம் உள்ளவர் களோதான் வீல்சேர் உபயோகிப்பார்கள். அமெரிக்காவில் இவர்களுக்குத் தனிப்பட்ட கவனிப்பு உண்டு.

எவ்வளவு நீண்ட வரிசை நின்றாலும் வீல் சேரில் வருபவர்களுக்கும் அவர்களின் குடும்பத்துக்கும் தனிக் கவனம் கொடுத்து முதலிலேயே அனுப்பிவிடுவார்கள்.

நியூயார்க்கில் ஒரு ஹோட்டலில் ஆகாரம் சாப்பிடுவதற்காக இறங்கினோம். அம்மா . . . என்று தைலாவின் குரல். நாலு பக்கமும் அரக்க, பரக்க பார்த்தபொழுது தைலா அருகில் வந்து கட்டிப்பிடித்துக்கொண்டாள். பின்னால் ராமும் வந்துகொண்டிருந்தார். இங்கேயும் சஸ்பென்ஸ். ஏற்கெனவே பிளான் செய்யப்பட்டது என்பது தெரிகிறது. அதனால்தான் தங்குவும், ராமும் குறிப்பிட்ட ஹோட்டலில் காலை உணவுக்காக இறங்கி இருக்கிறார்கள்.

எல்லோருமாகச் சேர்ந்து முதலில் எம்பயர் பில்டிங் பார்த்தோம். மேலிருந்து நகரத்தைப் பார்த்து ரசித்தோம். பிறகு மியூஸியம், ஸயன்ஸ் மியூஸியம் அக்வேரியம், சுதந்திர தேவி சிலை போன்ற இடங்களைப் பார்த்துவிட்டு, சாலையோரத்தில் உட்கார்ந்து சுடச்சுட தோசை வாங்கிச் சாப்பிட்டுவிட்டு ராமும், தைலாவும் மேற்கே கலிஃபோர்னியாவுக்குப் பறந்தார்கள். நாங்கள் காரில் கனெடிகட் வந்து சேர்ந்தோம்.

•

11

சு.ரா.வுடன் அமெரிக்காவில் தைலா வீட்டில் வெஸ்ட் கோஸ்ட்டில் தங்கி இருந்தபோதும், பின் ஈஸ்ட் கோஸ்ட்டில் தங்குவின் வீட்டில் தங்கியிருந்த போதும் ஏகப்பட்ட இடங்கள் பார்த்திருக்கி றோம். ஆனால் இந்தியாவில் சு.ரா.வுடன் எந்த இடத்திற்கும் போனதில்லை. இந்தியாவில் எப்பொழுதுமே வேலைப்பளுவில்தான் இருப்பார். கடை, கடைவிட்டு வந்தால் எழுதுவது, நண்பர்களுடன் உரையாடுவது என்று அந்த வட்டத்தில் சுழல்வதற்கே நேரம் சரியாக இருக்கும். அமெரிக்கா போனால்தான் ஹாலிடே மூட் வரும். அவருடைய அறுபது வயதுக்கு மேல்தான் அமெரிக்காவே போக ஆரம்பித்தோம்.

இந்தியாவில் அவரில்லாமல் குடும்பத்தின ருடன் ஏழெட்டு இடங்களுக்கு போய்விட்டேன்.

தங்குவின் வீட்டில் இருக்கும்போது, ஒருமுறை என்னுடைய பிறந்தநாளுக்கு, தங்குவும், நானுமாக hot-air-baloon rideக்கு ஸஸ்பென்ஸ்ஸாக ஏற்பாடு செய்து போனோம்.

ஒருநாள் காலை 5 மணிக்கு காரில் புறப்பட்டுப் போனோம். வா அம்மா, ஒரு இடத்துக்குப் போய்விட்டு வருவோம் என்று கிளம்பினாள்.

மிகப் பெரிய மைதானம். அங்கொன்றும் இங்கொன்றுமாகப் பல கார்கள் நின்றுகொண் டிருந்தன. பல மனிதர்களும் சுறுசுறுப்பாக இயங்கிக் கொண்டிருந்தார்கள். மைதானத்தில் நீளத்துணிபோல், டெக்னிக் கலரில் 75 அடி நீளத்தில் ஒரு பொருள் கிடந்தது. அருகில் நெருங்கும் போதுதான் அது காற்றடைக்காத பலூன் என்பது தெரிந்தது. அதில் பெரும் சத்தத்துடன் சூடான காற்றை அடைத்தார்கள். மிஷின் மூலம் காற்று ஏற, ஏற அது ராட்சத பலூனாக எழும்பி நிற்க

ஆரம்பித்தது. ஐந்து பேர் நிற்கக்கூடிய ஒரு பிரம்புக்கூடையில் பலூனைக் கட்டினார்கள். நான்கு பயணிகளும். ஒரு ஆப்பரேட்டருமாக, ஐந்து பேர் கூடையில் ஏறினோம். ஐவரும் நெருக்கமாக நிற்கும் அளவுக்குத்தான் கூடையில் இடம் இருந்தது.

கொஞ்சம் கொஞ்சமாகக் கூடை மேலே ஏற ஆரம்பித்தது. ஆயிரம் அடிவரை மேலே பறக்க ஆரம்பித்துவிட்டது.

பூமியிலுள்ள நீச்சல் குளங்கள், கார்கள் போவது, மனிதர்கள் நடப்பது மைதானங்களில் பையன்கள் விளையாடுவது, மரங்களின் உச்சியில் பறவைகளின் கூடுகள், ஆறு, குளம் எல்லாவற்றையும் மிக அருகில் பார்க்க முடிந்தது. மேலே பறக்கும்போது ராட்சத பலூன் சிறியதாகத் தோன்றுகிறது. ஜிலுஜிலுவென்ற காற்றில், ஆயிரம் அடிக்குள் மேலும் கீழுமாகப் பறப்பது மறக்க முடியாத அனுபவம்.

❍

என் எழுபதை கடந்த வயதில் *(2011 வாக்கில்)* தைலாவுக்கு என்னுடைய பிறந்தநாள் பரிசாக என்னை கென்யாவுக்கு எலிஃபண்ட் சஃபாரி பார்க்கக் கூட்டிக்கொண்டு போக வேண்டுமென்று தோன்றிவிட்டது. என்னிடமும் கண்ணனிடமும் சொல்லிவிட்டு, அதற்கான ஏற்பாடுகளைச் செய்யத் தொடங்கி விட்டாள்.

ராம், தைலா, தங்கு, மனு, நீரத், நான் ஆகியோர் செல்வதாக ஏற்பாடு. தங்கு பயணத்துக்கான முழுபொறுப்பையும் எடுத்துக் கொண்டு செய்ததாக தைலா சொன்னாள். மறக்க முடியாத அந்த அனுபவத்தை ஐம்போ கென்யா என்ற தலைப்பில் விரிவாக எழுதியிருக்கிறேன். நியுசிலாந்திலிருக்கும் சாரு வீட்டுக்கும் இதேபோல் போய் வந்தோம்.

(காண்க: பின்னிணைப்பு 2 – நியூசிலாந்த்: ஓர் அற்புத உலகம்)

●

12

நாகராஜன் சு.ரா.வின் சித்தி பையன். தம்பி. அவன் என்னுடைய சொந்தத் தங்கை விஜயாவை மணமுடித்திருக்கிறான். சௌந்தரா, தைலா, கண்ணன், தங்குவுக்கு அவன் இரண்டு விதங்களிலும் சித்தப்பா.

சிறுவயதிலிருந்தே அவர்களுக்குச் சித்தப்பாவை மிகவும் பிடிக்கும். தைலாவும், தங்குவும் அமெரிக்கா வரும்படி அவனை அழைத்திருந்தார்கள். நானும், நாகராஜனுமாகப் போனோம். அப்பொழுதும் தங்கு Hot air baloonக்கு ஏற்பாடு செய்திருந்தாள்.

ஹாட் ஏர் பலூனில் இருமுறை பறந்த அனுபவம் இருக்கிறது. ஆனால் வெவ்வேறு திசையில் பறந்த அனுபவம். காற்று எந்தத் திசையில் அடிக்கிறதோ, அந்தத் திசையில்தான் ராட்சச பலூனைச் செலுத்துகிறார்கள். முதலில் கிரவுண்டில் இருக்கும்போதே சாதாரண பலூனைக் காற்றடைத்துப் பறக்கவிடுகிறார்கள். உயர உயர பறந்து, பறந்து, பொட்டுபோல் கண்ணுக்குத் தெரியாமல் மறைந்துபோனால், காற்று நன்றாக வீசுகிறது, ராட்சச பலூனைச் செலுத்தலாமென்று தீர்மானிக்கிறார்கள். எந்தத் திசையில் பலூன் ரைடை வைத்துக்கொள்ளலாமென்பதும் தீர்மானமாகிறது. காற்று சரியாக வீசவில்லையானால் மேலே சென்ற சாதா பலூன் நாம் இருக்கும் மைதானத்திலேயே வந்து விழுந்துவிடுகிறது. காற்று ஒத்துழைக்கவில்லையானால் அன்று ரைடு கேன்ஸல். முதல் ரைடில் நினைத்த இடத்தில் இறங்கியதால், இறங்கியதும் சிற்றுண்டியும் டீயும் கொடுத்தார்கள். அமெரிக்கா என்பதால் பந்தாவாகத் தந்து சந்தோஷப்படுத்தினார்கள். இரண்டாவது முறை டிரிப் பிரமாதமாக அமைந்தாலும், இறங்கும் நேரம் காற்று ஒத்துழைக்காததால் ஒரு வீட்டின் பெரிய மைதானத்தில் இறக்கும்படியாகிவிட்டது.

ஒலிபெருக்கியில் அறிவிப்பதால் அழைக்க வருபவர்கள் வந்து அழைத்துப் போகிறார்கள். பறக்கும் நேரம் உத்தேசமாக ஒன்றரை மணி நேரம். ஆப்பரேட்டர் மேலே பறக்கும்போது முக்கியமான இடங்களை சர்ச், லைட் ஹவுஸ் என்று சுட்டிக் காட்டுகிறார். நம் தமிழ் நாட்டிலென்றால், குன்றின் மேலிருக்கும் முருகக் கடவுளைச் சுட்டிக்காட்டி இருப்போம் என்று நினைத்துக்கொண்டேன்.

ராஜுவுடன் (நாகராஜன்) முதலில் அமெரிக்கா போய் இறங்கியது தைலா வீட்டில்தான் தைலாவும் சித்தப்பாவும் பரம குஷியாக ஸ்நூக்கர் விளையாடுவார்கள். தைலா வீட்டிலேயே ஸ்நூக்கர் வாங்கிப் போட்டிருந்தாள். ராம் நரசிம்மனுக்கும் சித்தப்பாவின் தோழமை மிகவும் பிடிக்கும். பையன்கள் மனு, நீரத்துக்கும் பிடிக்கும். தாத்தா, தாத்தா என்று அழைத்தபடி, சீட்டு விளையாடுவது, பேஸ்மெண்டில் இருக்கும் டேபிள் டென்னிஸ் எல்லாம் விளையாடுவார்கள்.

தைலாவின் கணவர் ராம் ராமானுஜம் பிறந்து வளர்ந்த ஊர் காந்திகிராமத்தில் தம்பித்தோட்டம். அவரது அப்பா சோட்டா ஸ்ரீனிவாசன் காந்திகிராமம், கிராமிய பல்கலைக்கழக முதல்வர். அம்மா பிரகதாம்மா ஆரம்ப பாடசாலையின் ஆசிரியர் அவர்கள் பேரில் ராமும் உடன் பிறந்தவர்களும் அறக்கட்டளை ஆரம்பித்து நடத்திக்கொண்டிருக்கிறார்கள். ராம் ராஜு சித்தப்பாவை அமெரிக்காவில் சந்தித்துப் பழகியதும் முதலில் தோன்றியது இவர் தம்பித் தோட்டம் ஆரம்ப பாடசாலையை முன்னேற்றும் காரியத்துக்கு உதவியாய் இருப்பார் என்பதுதான். பின்னால் ராஜு அந்தக் காரியத்துக்கு முழு ஒத்துழைப்புக் கொடுத்து ராம், தைலாவுக்கு இதமாக நடந்துகொண்டான்.

சாண்டாகுரூஸிலிருக்கும் தைலா வீட்டிலிருந்து நடுவி லிருக்கும் ராகுல் வீட்டிற்குச் செல்ல பாஸ்டனுக்கு வந்தோம். அங்கு ஒரு வாரம் தங்கி நயாகரா அருவி, பாஸ்டனில் இருக்கும் கேம்ப்ரிட்ஜ் பல்கலைக்கழகம் எல்லாம் பார்த்துவிட்டுத்தான் தங்குவின் கனெக்டிக்கட்டுக்கு வந்தோம்.

நயாகரா அருவியை ஏற்கெனவே சு.ரா.வுடன் பார்த்து விட்டேன். ராஜு நான் பார்த்த இடங்களுக்குத் தனியாகப் போய்வந்தான். பாஸ்டன் ஏரியாவிலுள்ள இடங்களுக்கு ராகுலும் பர்ஸாவும் அலுவலகத்திலிருந்து வீட்டுக்கு வந்ததும் கூட்டிப் போய்க்கொண்டிருந்தார்கள்.

பாஸ்டனும், கனெக்டிக்கட்டும் இரண்டரை மணி நேரப் பயணத் தொலைவில் உள்ளன. ராகுலும் பர்சாவும் பாதி

தூரத்தில் என்னையும் ராஜுவையும் கொண்டுவிட்டார்கள். அங்கே ராம், மனு, நீரத் வந்து பிக்அப் செய்துகொண்டார்கள். கனடிக்கட்டில் ஹாட் ஏர் பலூன் தவிர நானும் ராஜுவும் விதவிதமான நாடகங்கள் பார்த்தோம். லயன் கிங் நாடகத்தில் சிங்கங்களுக்குப் பதிலாக மனிதர்களே கேரக்டர்களாக மாறி, அந்தந்த முகமூடிகளை அணிந்துகொண்டு நடித்தார்கள். வித்தியாசமான அனுபவம். இதுபோல் மூன்று நான்கு நாள்கள் நாடகங்கள் பார்த்தோம். ராம் எங்களைக் கொண்டுவிட்டுக் கூட்டி வந்துகொண்டிருந்தார்.

O

மைதிலியின் அம்மா வந்திருந்தபோது கொடைக்கானல் போய், மைதிலியின் சிநேகிதி நிர்மலாவின் வீட்டின் அருமையான சூழலில் இரண்டு நாள்கள் தங்கி இடங்களையும் பார்த்துவிட்டு வந்தோம்.

சாரங்கன் அமெரிக்கா போவதற்கு முன்னால், முகுந்தன் ஹைதராபாத்துக்குப் போவதற்கு முன்னால், ஊட்டி போய் வந்தோம். இதேபோல் எவ்வளவோ பயணங்கள்.

●

13

கர்னாடக இசை, ஹிந்துஸ்தானி ஆகியவற்றைக் கேட்பேன். சஞ்சய் சுப்ரமணியத்தின் சங்கீதத்தின் மீது பெரிய ஈடுபாடு. இன்றும் அவரைத்தான் முதலிடத்தில் வைத்திருக்கிறேன். அவரின் ரசிகர்களான கவிஞர் சுகுமாரன், நெய்தல் கிருஷ்ணன் போன்றவர்களுடன் சேர்ந்து கச்சேரிக்குப் போவது பிடிக்கும். அதுபற்றிப் பேசுவது அதைவிடப் பிடிக்கும்.

சொந்தமாகக் கீர்த்தனைகளைப் படித்துக் கொண்டு பாடிப்பார்ப்பது, பிடித்தமான சினிமாப் பாடல்களை, பாரதியார் பாடல்களைப் பாடுவது போன்றவற்றை முக்கியமான பொழுதுபோக்காக வைத்துக்கொண்டிருக்கிறேன். வயது ஏற ஏற முன்புபோல் பாட முடிவதில்லை. குரல், மூச்சுப் பிடிப்பதிலெல்லாம் மாற்றம் வந்துவிட்டது.

நெருங்கிய பலருக்குத் தினம் ஒரு பாட்டைப் பதிவு செய்து குட்மார்னிங் மெஸேஜ் போல் அனுப்புவது வழக்கமாக இருந்தது. அவர்கள் தங்கள் கருத்தைக் குறுஞ்செய்தியாக அனுப்புவார்கள். அது கொஞ்ச நாள்கள் ரஸமான பொழுதுபோக்காக இருந்தது.

❍

சு.ரா. ஒரு இன்ரோவெர்ட். நான் எக்ஸ்ட்ரோவெர்ட்.

நான் எல்லோரிடமும் நாடோடித்தனமாகக் கலகலப்பாகப் பழகுவேன். சு.ரா. ரிசர்வ்டாகத்தான் பழகுவார். அவருடைய இயல்பு அப்படியிருந்ததால் அவருடன் முதலில் பழகுவதற்குக் கூச்சப்படுவார்கள். பழகிவிட்டால் இவ்வளவு எளிமையான மனிதரிடம் பழகாமல் நாள்களை வீணடித்து விட்டோமே என்று வருந்துவார்கள்.

எழுத்தாளர்கள் குடும்பத்துடன் வரும்போது மனைவி, குழந்தைகள் என்னுடன் கலகலப்பாகப் பேசி, விடைபெற்றுச் செல்வார்கள்.

குடும்பத்தை நிர்வகித்துக்கொண்டிருக்கும் காலங்களில் தொலைபேசி, வீட்டின் நடுக்கூடத்தில் மூலையிலிருக்கும் தண்ணீர்ப் பானை வைத்திருக்கும் குட்டி ஸ்டாண்டின் முக்கோணப் பலகையின் மேல் அமர்ந்திருக்கும். மணியோசை கேட்டதும் ஓடிப்போய் எடுக்க வேண்டும். காய்கறிக்காரி பக்கவாட்டு வாசலில் வந்து கூப்பிடுவாள். கழிப்பறை கழுவப் பின்புறம் கூப்பிடும் பெண்மணிக்கு லோஷன் எடுத்துக் கொடுக்க வேண்டும். கறவைக்காரன் பால் கறக்கும் கடகாலும் மாட்டின் காம்பில் தடவுவதற்கு விளக்கெண்ணெய்யையும் கேட்டுக் கத்துவான். இதுபோன்று பலரும் வீட்டின் எல்லா வாசல்களிலும் பலதும் கேட்டுக் கத்துவார்கள். நாலு பக்கமும் பாய்ந்து பாய்ந்து பதில் சொல்ல வேண்டும். கூடவே அடுக்களை வேலைகளையும் சேர்த்து அஷ்டாவதானம் செய்ய வேண்டும். அந்தச் சமயத்தி லெல்லாம் பல தரப்பட்ட புத்தகங்கள் வாசித்திருக்கிறேன். தமிழ் நாவல்கள் தவிர நிறைய மொழிபெயர்ப்பு நூல்கள், 'வார் அண்ட் பீஸ்'படித்தேன். துர்க்கனேவ், ஸெல்மா லாகர்லெவ் தஸ்தயேவ்ஸ்கி, காஃப்கா, காம்யு, ஹெமிங்வே போன்றவர்களின் நாவல்களைப் படித்திருக்கிறேன். மலையாளத்தில் ஆரோக்கிய நிகேதன் எழுத்துக்கூட்டி வாசித்திருக்கிறேன். மலையாள நாவல்களின் நிறைய மொழிபெயர்ப்புகள் படித்திருக்கிறேன். படிக்க நேரமே கிடைக்காதபோதும் சிறுகதைத் தொகுதிகளும் நாவல்களும் ஏராளமாக வாசித்திருக்கிறேன்.

ஓய்வு வாழ்க்கையில் இப்பொழுது நிறைய நேரம் இருக்கிறது. வாசிப்பில் கவனம் செலுத்த முடியவில்லை. படிப்பதும் நினைவில் நிற்பதில்லை.

●

14

சு.ரா.வுடன் ஐம்பது வருடங்கள் (1954 முதல் 2004 வரை) வாழ்ந்திருக்கிறேன். 2005 அக்டோபர் 15இல் அவர் மறைவு நிகழ்ந்தது. வாழ்க்கையில் துன்பங்கள், நோய்கள். சண்டை, சச்சரவு, இறப்பு, மனக்கஷ்டங்கள் என்று எவ்வளவோ மேடு பள்ளங்களை இருவருமாகச் சேர்ந்தே சமாளித் திருக்கிறோம். அதில் தாங்கிக்கொள்ளவே முடியாத அளவுக்குக் கொடுமையானது முப்பத்தொன்பது வயதில் செளந்தராவின் மரணம். செளந்தராவின் இரு மகன்களுக்கும் அம்மா ஸ்தானத்திலிருந்து உதவுவதுதான் அவளுக்குச் செய்யும் ஆத்மார்த்த மான கடமையாக நினைத்து மனதைச் சமாதானம் செய்துகொண்டேன். சு.ரா. இருக்கும்போதே இரு மகன்களின் படிப்பு காரியங்கள் நடந்துவிட்டன. அவர்களின் மண வாழ்க்கைக்கு முன்னால், சு.ரா.வின் மறைவு நிகழ்ந்துவிட்டது.குடும்பத்தில் எல்லோருமாகச் சேர்ந்துதான் நந்து, ராகுலின் மண வாழ்க்கையை நடத்திவைத்தோம். மணநாள் சடங்குகளை முன்னின்று பொறுப்பாக நடத்தியது கண்ணனின் மனைவி மைதிலி.

பதினாறுபூர்த்தியாகாதவயதில் மணம்முடிந்து, சு.ரா.வின் வீட்டுக்குள் பேதைப் பெண்ணாகக் காலடி வைத்தது முதல் ஒவ்வொரு நிகழ்வாக நினைத்துப்பார்க்கிறேன். நாகர்கோவில் பள்ளியில் இரண்டு வருடங்கள் படித்தது, இரவு எல்லோரும் படுத்துத் தூங்கியபிறகு சு.ரா. கதை எழுதுவது, காலையில் நேரங்கழித்து எழுந்திருந்து, அந்தக் கதையை அவருடைய அம்மாவின் அறையில் எங்கள் மூவருக்கும் (அவருடைய அக்கா மீனா, சு.ரா.வின் கதைகளில் வரும் ரமணி, அந்தக் காலகட்டத்தில் அங்கிருந்தார்.) வாசித்துக்

காட்டுவார். அலை ஓசை, மிதிலாவிலாஸ், கல்கண்டு படித்துக்கொண்டிருந்த நான் சு.ரா.வின் அணுகு முறையால் தீவிர இலக்கியத்தைப் படிக்க ஆரம்பித்தேன்.

ஒரு விஷயம் நினைவுக்கு வருகிறது. 'திரைகள் ஆயிரம்' குறுநாவல் எழுதுவதற்குக் காரணமாக அமைந்த நிகழ்வின் ஒரு பகுதி. ஜான் என்பவன் எங்கள் வீட்டு டிரைவராக இருந்தான். நான் டான்ஸ்ஸில்ஸ் ஆப்பரேஷன் செய்து ஆஸ்பத்திரியில் இருந்தேன். என் அருகில் வந்த சு.ரா. ஜானை அழைத்து "கமலா, மரியாவைப் பற்றி ஜான் என்ன சொல்கிறான் என்று கேளு" என்று சொன்னார். ஏன் ஜானிடம் கேட்கச் சொல்கிறார், எப்பவும் இவர் தானே மரியா பற்றி சொல்லுவார் என்று நினைத்துக்கொண்டே என்னப்பா விஷயம் என்று ஜானிடம் கேட்டேன், டிஸ்ட்ரிக்ட் கிளப்பிலுள்ள பெரிய மனுஷங்களெல்லாம் அந்த மரியாப்பிள்ளய உண்டு இல்லைன்னு பண்ணிட்டாங்க. இப்பம் அந்தப் பிள்ளய நம்ம வூட்டுக்குப் பின்புறம் இருக்கும் குஞ்சன் நாடார் விளையை மேற்பார்வை பாத்திட்டுருக்கும் அந்தக் கிளவி வசம் ஏப்பிச்சிருக்காங்க. கிளவிதான் அந்தப் பிள்ளய அணச்சு வச்சிட்டு இருக்கு, என்றான். 'அப்படியா! நான் உடல்நிலை சரியாகி வீட்டுக்குப் போனதும் கிளவியிடம் பேசிக்கொள்கிறேன்' என்று பேச்சுக்கு முற்றுப்புள்ளி வைத்தேன். பிறகுதான் நினைத்துக்கொண்டேன். மரியாவைப் பற்றி சு.ரா. தீவிரமாக விசாரிப்பது, ஜானுக்குச் சந்தேகம் வந்து, தப்பபிப்ராயம் கொள்ள ஏதுவாகி விடக் கூடாது என்பதற்காகத்தான் என்னையும் அதில் பங்கு கொள்ளச் செய்திருக்கிறார் என்று ஊகித்துக்கொண்டேன்.

சு.ரா.வின் காலத்திற்குப் பிந்தைய இந்தப் பத்தொன்பது ஆண்டுகளில் என்னிடம் ஏதாவது மாற்றம் ஏற்பட்டிருக்கிறதா என்று யோசித்துப்பார்க்கிறேன். மாற்றம் என்றால் மன மாற்றத்தைத்தான் செல்கிறேனே அல்லாமல் சேலையிலிருந்து சுடிதாருக்கு மாறியதையோ, உணவு சாப்பிடுவதில் ஏற்பட்டுள்ள மாற்றத்தையோ குறிப்பிடவில்லை. சுயமாகச் சிந்தித்துக் காரியங்களைச் செய்கிறேனா என்பதுதான்.

சு.ரா. எப்போதும் தீர யோசித்துதான் முடிவெடுப்பார் என்பதால், அவர் இருப்பதுவரை அவர் சொல்வதை அனுசரித்துப் போய்க்கொண்டிருந்தேன்.

இப்பொழுது தனியாக யோசிக்கும்போது அன்று குறிப்பிட்ட சில விஷயங்களில், மாற்றி யோசித்து என்னுடைய

அபிப்பிராயத்தைத் தெரியப்படுத்தியிருந்தால் வாழ்க்கையில் இவ்வளவு கஷ்டங்களை அனுபவித்திருக்க வேண்டாமோ என்று தோன்றுகிறது.

அவர் சோர்வுறும் நேரங்களில் தைரியம்கொடுத்திருக்கிறேன். என்றாலும் சுயமாகச் சிந்தித்து முடிவெடுக்கத் தெரிந்திருக்க வில்லை.

●

15

க்ரியா வெளியிடும் புத்தகங்கள் மிகத் தரமாக இருந்தாலும் ராமகிருஷ்ணன் புத்தகங்களை விற்பனை செய்வதற்கான கவனம் செலுத்தவில்லை. மறுபக்கம் வாசகர்கள் புத்தகங்கள் கிடைக்காமல் திண்டாடும் நிலைமையும் ஏற்பட்டது. கண்ணன் 1986இல் பொறியியல் படிப்பு முடித்துவிட்டு வந்ததும் சு.ரா.வின் மூன்று புத்தகங்கள் காலச்சுவடு பதிப்பகத்தில் வெளிவந்தன. விற்பனையின் மூலம் முழுவீச்சுடன் வாசகர்களைச் சென்றடைந்தன. அது மட்டுமல்ல. சு.ரா.வின் எழுத்துக்கள் நூல் வடிவம் பெற்றன.

நினைவோடை வரிசைக்காக அரவிந்தன் எங்கள் வீட்டில் தங்கி நம்பி முதல் மறைந்த ஆளுமைகள் ஒவ்வொருவரைப் பற்றியும் க.நா.சு, ஜீவா, நாகராஜன், ரகுநாதன், செல்லப்பா, மௌனி என்று சுமார் இருபது பேர்கள் பற்றி சு.ரா.விடம் நேர்காணல் செய்து ஆடியோ கேசட்டில் பதிவு செய்தார். மிகவும் உற்சாகத்துடன் பதிவு செய்ததாக அவரே ஒரு கட்டுரையில் குறிப்பிட்டிருந்தார். சு.ரா.வின் அறையில்தான் பதிவு செய்வது நடந்தது. அறைக்கதவு சாத்தியிருந்தாலும் படு உற்சாகத்துடன் சு.ரா. பேசுவது அடுக்களைக்கும் கூடத்துக்குமாக நடமாடிக் கொண்டிருக்கும் எனக்கும் கேட்கும். கேசட்டிலிருந்து ஆடியோ கேட்டு கட்டுரையாகப் பதிவு செய்தது, அப்பொழுது அலுவலகத்தில் பணிபுரிந்துகொண்டிருந்த பி.ஆர். மஹாதேவன் என்பவர்தான். நானும் கடைசியில் இரண்டு மூன்று கேசட்டிலிருந்து கட்டுரையாக பதிவு செய்திருக்கிறேன்.

இந்திய இலக்கிய சிற்பிகள் என்ற தலைப்பில் சாகித்திய அகாதெமி சார்பாக சு.ரா. பற்றி அரவிந்தன் எழுதிய நூலொன்று வெளிவந்தது.

அரவிந்தன் முக்கியமான தமிழ் விமர்சகர்களில் ஒருவர். எனக்கு அவர் கட்டுரைகளில் ஈடுபாடு அதிகம்.

இந்த நூலில் சு.ரா. பற்றியும் அவருடைய சிறுகதைகள், நாவல்கள், கட்டுரைகள், கவிதைகள் பற்றி தெளிவாக நுட்பமாக எழுதியிருக்கிறார்.

பிரசுரமான புதிதில் இந்த நூலை வாசித்திருக்கிறேன். என்றாலும் இப்பொழுது வாசிக்கும்போது சு.ரா.வின் படைப்புகள் பற்றி அரவிந்தன் எழுதும் விதத்தில் புரியாமலிருந்த சிறுகதைகள், நாவல்களின் சில பகுதிகள் புரிந்துகொள்ளும்படி இருந்தன. எனக்கு இது முக்கியமான விஷயமாகத் தெரிந்தது.

கண்ணன் இளவயதில் தமிழ் இனி மாநாடு நடத்தியது, சலபதி இளவயதில் புதுமைப்பித்தன், பாரதி நூல்களைப் பதிப்பித்தது. இருவரின் அயராத உழைப்பு பெருமை கொள்ளத்தக்கது என்று சொல்லியிருக்கிறார். இவர்களை முன்வைத்து இந்தக் காலத்து இளைஞர்கள் புத்திசாலித்தனத்துடன் கெட்டிக்காரர் களாகவும், தன் வாழ்க்கையை அமைத்துக்கொள்ளத் தெரிந்தவர்களாகவும் இருக்கிறார்கள் என்பது சு.ரா.வின் எண்ணமாக இருந்தது.

●

16

அவருடைய அப்பா தன் ஒரே மகன், தன்னுடைய ஜவுளிக்கடையைக் கவனித்துக் கொள்ள வேண்டுமென்று நினைத்தார். இளம்பிள்ளைவாதம் வந்து பாதிக்கப்பட்டதால் சு.ரா. உடலளவிலும் மனதளவிலும் பாதிக்கப் பட்டிருந்தார். எல்லாவற்றுக்கும் உதவி தேவைப் பட்டிருக்கிறது. உடல்நிலை சரியான பின்னும் அவருக்கு மன உறுதி வரவில்லை.

ஜவுளிக் கடையைப் பொறுப்பாக யாராவது கவனித்துக்கொண்டால் இலக்கியத்தில் கவனம் செலுத்தலாமே என்பது சு.ரா.வின் நினைப்பாக இருந்தது. அவருடைய மருமகன் எங்கள் வீட்டில் தங்கியிருந்து இந்துக் கல்லூரியில் பி.காம். படித்துக்கொண்டிருந்தான். அவன் பாஸாகி வந்ததும் அவனுக்கு வேலை வாங்கிக் கொடுக்கும் பொறுப்பும் இவருக்கே வந்தது. ஒருவரின் கீழ் வேலை பார்க்கும் மனோபாவம் அவனுக்கு இல்லை. இவருக்கும் கடைக்கு ஆள் தேவைப் பட்டது. எனவே அவனே கடையைப் பார்த்துக்கொள்ளட்டும் என்று நினைத்தார். உனக்கும் அவனுக்கும் சுத்தமாக இசைந்து போகாது என்று தன் அப்பா சொல்வதையும், மீறி எழுத வேண்டுமென்கிற ஆசை காரணமாக – அதிக ஆசை என்றே சொல்லலாம் – அவனிடம் கடையின் பொறுப்பை ஒப்படைத்தார்.

சு.ரா.வும் மருமகனும் நண்பர்களாகவே பழகிக்கொள்வார்கள். அவனுக்கு வாசிப்புப் பழக்கம் இல்லை. நியூஸ் பேப்பர்கூடப் படிக்க மாட்டான். கடையை நடத்துவதில் இருவருடைய அணுகுமுறைகளுக்கும் இடையே மிகப்பெரிய வித்தியாசம் இருந்தது. இவருக்கும் ஒருநாளும் நிம்மதியாக எழுத முடிந்ததில்லை. தினம் இரவு

கடைப் பூட்டி வந்ததும் வருத்தப்பட்டுக்கொள்வார். ஆறுதல் சொல்வதைத் தவிர காரியமாக எதுவும் செய்ய முடியாத நிலைமை எனக்கு.

அதிகாரத்தைத் தன் கையில் வைத்துக்கொள்ளத் தெரியாத சுபாவம் இவருக்கு. ஒரு பிஸினஸ்மேனுக்கு இருக்க வேண்டிய முக்கிய குணமாக இதைக் கருதுகிறேன். மருமகனால் கடையில் பிரச்சினைகள் வந்தன. கடை ஊழியர்கள் மனவருத்தம் கொள்ளும் நிலைமை ஏற்பட்டது.

எங்களுக்கு மின்மினி என்கிற கடை மணிமேடையின் கிழக்குவசம் இருந்தது. பிரச்சினைகள் வந்ததும் முழுச் சரக்குடன் மின்மினிகடையை மருமகனிடம் கொடுத்து கவனித்துக்கொள்ளும்படி சொல்லிவிட்டு, கடையின் மாத வாடகையை அவனே கொடுத்துக்கொள்ளும்படி ஏற்பாடும் செய்தார். அடுத்து சுதர்சன் கடையை மூடிவிட்டு எழுத்து பணியில் ஈடுபடுவோம் என்று நினைத்துக்கொண்டிருக்கும் போது, கண்ணன், நான் கடையை நடத்தப்போகிறேன் (புக் பப்ளிஷிங்தான் என் தொழிலாக இருக்கப்போகிறது) என்றான். அவன் இன்ஜினியரிங் முடித்துவிட்டு வரும்வரை கடையை நடத்தும் நிலைமை ஏற்பட்டது.

சு.ரா.வின் இளைய மருமகன்தான் சௌந்தராவின் கணவன். பேங்கில் வேலை பார்த்துக்கொண்டிருந்தான். அவன் கடையை கவனித்துக்கொள்ள முன்வந்தான். பகுதி நேரம் பேங்க்கிற்கு ஒதுக்கிவிட்டு மீதி நேரம் கடையைக் கவனித்துக்கொள்கிறேன் என்றான். சௌந்தராவுக்கு அதில் சிறிதும் விருப்பம் இருக்கவில்லை. அப்பா உங்களுக்கும், அவருக்கும் ஒத்துவராது என்றாள். பேங்க் வேலை இருப்பதால், முயற்சி செய்துபார்ப்போமே என்றார். எழுதுவதற்கு கூடுதல் நேரம் ஒதுக்கலாம் என்ற நப்பாசைதான் காரணம். ஒத்துவரவில்லை என்பதுதான் உண்மை.

இவர்களைப் பற்றிக் கவலைப்பட்டுக்கொண்டிருக்காமல், நீங்கள் தனியாகக் கடையை நடத்திப்பாருங்களேன் அப்பா என்று தைலா சொன்னாள். கண்ணன் இன்ஜினியரிங் முடித்து விட்டு வருவதுவரை கடையை நடத்தினார். பொறுப்பு இருந்தாலும் ஒருவிதத்தில் நிம்மதியைத் தந்தது என்று தான் சொல்ல வேண்டும். நேரம் கிடைக்கும்போது எழுதவும் செய்தார்.

நன்றாகப் படித்து அவரால் கல்லூரி ஆசிரியராகியிருக்க முடியும். அவருடைய அப்பாவே அந்த முடிவை எடுத்திருக்க வேண்டும் என்று நினைத்தார். இந்த அளவுக்கு வசதியாக வாழ முடியாவிட்டாலும் விரிவுரையாளராக ஆகியிருந்தால்

சிக்கனமான வாழ்க்கையை மனநிம்மதியுடன் வாழ்ந்திருக்க முடியும். இலக்கியத்தில் நினைத்த அளவு ஈடுபட்டிருக்க முடியும். அவர் எழுதுவதில் எனக்கும் ஈடுபாடிருந்ததால் நான் அவருக்குப் படிப்பதற்கு உதவியிருந்தால் நன்றாக இருந்திருக்கும். அந்தக் காலகட்டத்தில் சுயமாகச் சிந்தித்து, இதுபோன்ற முடிவுகளை எடுக்க அவருக்கு உறுதுணையாக இருக்கத் தவறிவிட்டேன் என்று நினைத்துக்கொள்கிறேன். அதற்கான வயதோ, பக்குவமோ எனக்கு அப்போது இல்லை.

டாக்டருக்குப் படித்திருந்தால் கைனகாலஜிஸ்ட்டாகவோ, பீடியாட்ரீஷனாகவோ வந்திருப்பாய். போஸ்ட் கிராஜுவேஷன் பண்ணி பிஎச்டி பண்ணியிருந்தால் ஒரு லெக்சரரயிருப்பாய், சங்கீதம் படித்திருந்தால் பாடகியாகியிருப்பாய் என்றெல்லாம் என் குடும்பத்தினர் என்னைப்பற்றிச் சொல்வார்கள். இருக்கலாம்.ஆனால் இப்பொழுது என்ன குறைந்துவிட்டது. சு.ரா. வாழ்க்கையில் பிடிமானம் இல்லாமல் தத்தளிக்கும்போது என்னால் முடிந்த ஆதரவைக் கொடுக்க முடிந்தது. முக்கியமான ஆளுமை என்பதைப் புரிந்துகொண்டு உதவி செய்ய முடிந்தது. நம் வாழ்க்கையில் எது வந்தாலும் உங்களுடன் நின்று தைரிய மாகச் சமாளிப்பேன் என்கிற எண்ணத்தைக் கொடுக்க முடிந்தது. அவர் மூலம் என்னுடைய பார்வையும் விரிவடைந்திருக்கிறது. அவரை மதிக்கும் நண்பர்கள் என்னிடமும் அன்பையும் மதிப்பையும் செலுத்துகிறார்கள். சுந்தர ராமசாமியின் மனைவி என்கிற ஸ்தானத்தையே பெருமையாகக் கருதுகிறேன்.

அவருக்குப் பின் வாழ்ந்துகொண்டிருக்கும் வாழ்க்கையை என் குழந்தைகள், பேரக்குழந்தைகள், நண்பர்கள், சுற்றத்தாரின் உதவியுடன் மகிழ்ச்சியாக, அமைதியாக, என்னால் முடிந்தளவு அர்த்தமுள்ள வாழ்க்கையாகவே வாழ்ந்துகொண்டிருப்பதாக நினைக்கறேன்.

இப்படி வாழ்வதையே சு.ரா.வும் விரும்பியிருப்பார் என்றும் நினைத்துக்கொள்கிறேன்.

●

பின்னிணைப்புகள்

1.

மேடிஸன் என்கிற மேடி மிடில்ட்டன்

மேடிஸனின் இரங்கல் கூட்டத்திற்கு வந்த ராஹி ஃபேக்டரைக் கட்டி அணைத்தபடி, "நான் இப்பொழுது ஃபேக்டரை விரும்புகிறேன். நாங்கள் இருவரும் எங்கள் குழந்தைகளை இழந்துவிட்டோம். இது வருத்தமமான விஷயம்" என்று லோரா ஜோர்டன் கூறிய செய்தி எனக்கு மிகவும் வியப்பளித்தது.

எட்டு வயதுச் சிறுமி மேடிஸன் காணாமல் போகிறாள். ஒரு மணிநேரத்துக்கு முன்பாகத்தான் அவர்கள் குடியிருக்கும் டென்னரி ஆர்ட் சென்டர் காலனி மைதானத்தில் புது ஸ்கூட்டரில் மகிழ்ச்சியாகச் சுற்றிக்கொண்டிருந்திருக்கிறாள். அது கண்காணிப்புக் காமிராவிலும் பதிவாயிருக்கிறது. அந்தச் சிறுமியின் அம்மா லோரா ஜோர்டன் "என் பெண் புத்தம் புது வெள்ளை ஸ்கூட்டரில் ரோஜா நிற கவுன், கறுப்புநிற ஹெல்மட் அணிந்து மகிழ்ச்சியாகச் சுற்றிக்கொண்டிருந்தாள்" என்று தொலைக்காட்சிப் பேட்டியில் தெரியப்படுத்தியிருக்கிறாள்.

"எங்களுக்குச் சிறுமி காணாமல்போன செய்தி வருவதற்கு முன்னாலேயே அவள் கொல்லப்பட்டு விட்டாள் என்றே நம்புகிறேன். சான்டக்ரூஸ் காவல்துறை, போலீஸ் நாய்கள், ஷெரிஃப் அலுவலகம், சமூகநல அமைப்பு, FBI, அவசரகாலத் துறை, தன்னார்வலர்கள் மூலம் மிகவும் களைப்பை ஏற்படுத்தக் கூடிய தேடல் நடந்திருக்கிறது" என்று காவல்துறை உயர் அதிகாரி வோஹல் பேட்டியில் குறிப்பிட்டிருக்கிறார்.

சிறுமி காணாமல் போனது ஞாயிறு மாலை ஆறு மணியை ஒட்டி! திங்கள் மாலை எட்டு மணிக்கு முன்னால் கிட்டத்தட்ட இருபத்தாறு மணி நேரத்துக்குள் சிறுமியின் சடலம் மறுசுழற்சித்

தொட்டிக்குள் இருப்பது சான்டக்ரூஸ் துப்பறியும் நிபுணரால் கண்டுபிடிக்கப்பட்டது.

ஆட்ரியன் ஜெர்ரி கோன்ஸலஸ் (ஏ.ஜே.) என்கிற பதினைந்து வயதுச் சிறுவன், அவனுடைய டென்னரி ஆர்ட் சென்டர் அப்பார்ட்மென்ட்டுக்கு, மேடிஸன் என்ற அந்தச் சிறுமியை சாக்லேட் தருவதாய் ஆசைகாட்டி அழைத்துச் சென்று பாலியல் வல்லுறவு செய்தபின் அவளைக் கொன்று மூட்டையாகக் கட்டி மறுசுழற்சித் தொட்டிக்குள் அடைத்துவிட்டான். துப்பறியும்போது, சந்தேகத்துக்கிடமான முறையில் மறு சுழற்சித் தொட்டியைச் சுற்றியவனாக அவன் வளைய வந்து கொண்டிருந்தான். அவனைக் கேள்விமேல் கேள்வி கேட்டதும் உண்மையை ஒப்புக்கொண்டான். அவன் கைது செய்யப்பட்டுச் சிறுவர்களுக்கான சீர்திருத்தப் பள்ளியில் அடைக்கப்பட்டான். ஆர்ட் சென்டரில் வசிக்கும் பையன் என்பதாலும், பழக்க மான பையன் என்பதாலும் சிறுமி அவனை நம்பி உடன் சென்றிருக்கிறாள்.

கொலைக் குற்றம், பாலியல் வல்லுறவு செய்தது, பொய் சொன்னது, கடத்திச் சென்றது என ஏகப்பட்டக் குற்றங்கள் அவன்பேரில். இச்சைக்கு இணங்கவில்லையானால் கொன்று விடுவதாகக் கூறியே வல்லுறவு செய்து குரல்வளையை நெரித்துக் கொன்றிருக்கிறான். இவ்வளவு குற்றங்களைக் கொடூரமான முறையில் செய்திருப்பதால், சிறுவனாகக் கருதாமல், குற்றம் நிரூபிக்கப்பட்டால் ஆயுள் தண்டனைக் கைதியாகச் சிறையில் அடைக்க வேண்டும் என்றும் தீர்மானிக்கப்பட்டது.

"நானும் ஒரு தகப்பன் என்ற நிலையில் சம்பவம் என்னைத் தனிப்பட்ட முறையில் உருக்குலைத்துவிட்டது. உயிருடன் சிறுமியைக் கண்டுபிடித்துவிடுவோம் என்பதில் எங்கள் அலுவலகப் பணியாளர்கள் நம்பிக்கையுடன் இருந்தார்கள். இந்தச் செய்தி அவர்களை அதிர்ச்சி அடையச் செய்துவிட்டது" என்று பேட்டியில் குறிப்பிட்டு இருக்கிறார் சான்டக்ரூஸ் அட்டர்னி, ஜெஃப்ரி ரோஸல். "என்னுடைய அட்டர்னி வாழ்க்கையில் இதுபோன்ற வழக்கைச் சந்தித்ததில்லை" என மனம் வருந்தியிருக்கிறார்.

ஏ.ஜெ.யை ரொம்ப நாட்களாகவே மிக நன்றாகத் தெரியும். அருமையாகப் பேசக்கூடிய, இனிமையாகப் பழகக்கூடிய பையன் என்பது ஆர்ட் சென்ட்டரில் குடியிருப்பவரின் கூற்று. அருகில் குடியிருக்கும் மற்றொருவர், பையன் ஏ.ஜே., யோ-யோ என்கிற விளையாட்டில் வல்லுநர். ஜெராமிக்ஸ் வகுப்பு எடுத்துக்கொண்டிருந்தான், வளாகத்திலுள்ள

ஆர்ட் ஸ்டுடியோவில் உதவியாளனாக இருந்தான் என்று செய்தித்தாளுக்குப் பேட்டி அளித்திருக்கிறார். தன்னுடைய அம்மாவிடம் அவன் பிரியத்துடனும் அக்கறையுடனும் இருந்தான் என்பது அட்டர்னி ஜோவிச் என்பவரின் அபிப்பிராயம்.

நீதிமன்ற விசாரணைக்கு வந்த கேத்தி கோரஸ் என்ற பதினாறு வயதுப் பெண் "நானும் ஏ.ஜே.யும் இரண்டு வருடங்களுக்கு முன்னால் பள்ளியில் ஒன்றாகப் படித்து நண்பர்களாக இருந்தோம். அவன் ஒருவிதமான 'இன்ட்ரோவர்ட்'. ஒருமுறை நடுஇரவில் தொலைபேசியில் அழைத்து, அவன் வீட்டுக் கூரையிலிருந்து குதித்துத் தற்கொலை செய்துகொள்ளப் போவதாகப் பயமுறுத்தினான். நானும் என் அம்மாவும் அவனை தெரப்பிக்கு அனுப்ப முயற்சி செய்தோம்" என்று கூறியிருக்கிறாள்.

ஏ.ஜே.யின் பின்னணியைப் பார்ப்போம்.

சான்டக்ரூஸிலிருந்த ஓர் அமெரிக்கன், பிலிப்பைன்ஸ் சென்று இருபது வயது ராஹி ஃபேக்டரை, மெயில் ஆர்டர் மூலம் திருமணம்செய்து வந்திருக்கிறான். சிறிது காலத்துக்குள்ளாகவே வேறொரு பெண்ணுடன் தொடர்பு வைத்துக்கொண்டு ஃபேக்டரை ஏமாற்றியிருக்கிறான். சண்டை சச்சரவுகளுக்குப்பின் விவாகரத்து ஏற்பட்டிருக்கிறது. ஆங்கிலம் தெரியாததால் அவளுக்கு வேலை கிடைப்பதில் சிரமம் ஏற்பட்டிருக்கிறது. அந்த வேளை ஆப்ரஹாம் கோன்ஸலால் என்கிற மெக்ஸிகனைச் சந்தித்து, பழகி திருமணம் செய்துகொண்டிருக்கிறாள். 1999இல் ஏ.ஜே. பிறந்திருக்கிறான். தகப்பனாக ஆப்ரஹாம் அந்தக் குழந்தையிடம் ஈடுபாட்டுடன் நடந்துகொள்ளவில்லை. ஏ.ஜே.க்கு இரண்டு வயதாக இருக்கும்போது ஆப்ரஹாம் ஒரு கொலைவழக்கில் அகப்பட்டுச் சிறைத்தண்டனையில் இருந்திருக்கிறான். ஃபேக்டருக்குத் தங்குவதற்குக்கூட இட மில்லாமல் குழந்தையுடன் பல சிரமங்களுக்கு ஆளாகி, இறுதியில் டாலர் ட்ரீ கடையில் வேலைக்குச் சேர்ந்திருக்கிறாள். அந்த மகிழ்ச்சி அதிக நாள் நீடிக்கவில்லை. கடை முதலாளியால் பாலியல் தொல்லைக்கு ஆளாகி, வழக்கு தொடர்ந்திருக்கிறாள். நீண்ட நாட்களுக்குப் பின் வழக்கு முடிந்து சிறிது பணம் கிடைத்திருக்கிறது. கிடைத்த பணத்தை வைத்து டென்னரி ஆர்ட் சென்டருக்குக் குடிபோயிருக்கிறாள். ஏ.ஜே. ஆயில் பெயின்டிங் வரைந்து கொண்டிருந்தான். அதன் அடிப்படையில்தான் அங்கு இடம் கிடைத்திருக்கிறது.

டென்னரி ஆர்ட் சென்டர் குறைவான வருமானமுள்ள பலவிதமான கலைஞர்கள் வாழும் குடியிருப்பு. அரசாங்கத்தால் நிர்ணயிக்கப்பட்ட நூறு குடியிருப்புகளில் இருநூற்று ஐம்பது

குடும்பங்கள் குடியிருந்தன. ஐம்பது குழந்தைகள்வரை இருந்தார்கள். சென்டருக்குச் சொந்தமான மைதானத்தில் அடிக்கடி அந்தச் சிறுவர், சிறுமியர்கள் விளையாடுவதைப் பார்க்கலாம். அந்தக் கலைஞர்களுக்கு நடுவில்தான் மேடிஸன் குடும்பமும், ஏ.ஜே. குடும்பமும் வசிக்கிறார்கள். சிறுமி காணாமல்போனதும், ஆர்ட் சென்டரிலுள்ள அத்தனைக் குடும்பங்களும் ஒன்றுசேர்ந்து எவருடைய தூண்டுதலும் இல்லாமல் தேடியிருக்கிறார்கள்.

மேடிஸன் பக்கத்துக் குடியிருப்புகளிலுள்ள சிறுவர், சிறுமிகளுடன் கார்டு கேம், வீடியோ கேம் விளையாடிவிட்டு வீட்டுக்கு வருவது வழக்கம். லோரா ஜோர்டன் அந்த நினைப்பில் இருந்ததால் ஒரு மணிநேரத்துக்குப் பிறகுதான் தொலைக்காட்சியில் சிறுமி காணாமல்போன செய்தியைத் தெரியப்படுத்தியிருக்கிறாள்.

"என் மகள் துடிப்பும் சுறுசுறுப்பும் நிறைந்தவள். அவளுக்கு ஓடி விளையாடுவதும், நடனம் போன்றவையும் ரொம்பப் பிடிக்கும். மிருகங்களையும் பிடிக்கும். குறிப்பாக ஓநாய்களைப் பிடிக்கும்; வரும் ஆண்டில் அவள் நான்காம் வகுப்பு செல்ல வேண்டும்" என்று கேள்விகளுக்குப் பதில் சொல்லியிருக்கிறாள்.

மேடிஸனின் மறைவை அடுத்து வந்த பௌர்ணமியைத் துக்கநாளாக அனுசரிப்பதென்று தீர்மானித்து ஜோர்டன், நண்பர்களையும் வெளியாட்களையும் அழைத்திருந்தாள், சான்டக்ருஸிலிருந்தும் அதற்கப்பாலிலுள்ள இடங்களிலிருந்தும் ஆட்கள் வந்து, கூட்டத்தில் கலந்து கொண்டு ஓநாய்கள்போல் ஊளையிட்டுத் துக்கத்தில் பங்கெடுத்துக்கொண்டார்கள்.

"என் மகளின் சாவு சாதாரணச் சாவல்ல கொடூரச்சாவு. அவளுடைய இறப்பினால் நிறைய நல்ல விஷயங்கள் நடக்கப் போகின்றன. மனரீதியாகப் பாதிக்கப்பட்ட இளம் சிறார் களுக்கு உதவுவதற்காக நடைபயணம் மேற்கொண்டு நிதி திரட்டப்போகிறேன்" என்று பத்திரிகைகளுக்குத் தெரிவித்து விட்டு, உடன் காரியத்திலும் இறங்கினாள். பணம் சேகரித்து சென்டருக்கு அனுப்பியிருக்கிறாள்.

லோராவின் கணவர் மைக்கேல் மேடிஸன் அவளை விட்டுப் பிரிந்துவிட்டார். லோரா, இப்பொழுது ஆண் நண்பருடன் இருக்கிறாள். அவருக்கும் மேடிஸனிடம் அன்பும் அக்கறையும் இருந்திருக்கிறது. மேடிஸனின் அப்பாவும் தன் மகளிடம் தொடர்பில் இருந்திருக்கிறார். வாரத்துக்கு மூன்று நாள்கள் கடற்கரைக்கு அழைத்துச் சென்று கும்மாளம் போடுவார்களாம். அவருக்கு வின்டேஜ் க்ளோத் ஸ்டோரில் வேலை. "உயர்ந்த

நோக்கத்திற்காகவும் அன்பு எவ்வளவு முக்கியமானது என்பதை உலகத்திற்குக் காட்டுவதற்காகவும் அவள் நம்மிடமிருந்து எடுத்துக்கொள்ளப்பட்டாள் என்றே நான் நம்புவதற்கு விரும்புகிறேன்" என்று அவர் தெரியப்படுத்தினார்.

தன்னுடைய ஆதரவாளர்கள் புடைசூழ நீதிமன்றத்துக்கு வந்த மைக்கேல் மேடிஸன் கண்ணீரை மறைத்துக்கொண்டு வெளிப்படையாகப் பேசினார். "ஏ.ஜே.க்கு தண்டனை கொடுப்பதின் மூலமோ அந்தக் கோபத்தின் மூலமோ சூழலில் எந்த மாற்றமும் நிகழப்போவதில்லை. எந்தத் திருப்தியும் ஏற்படப்போவதில்லை. மேலும் இது போன்று நிகழாமல் பார்த்துக்கொள்வதுதான் ஆகச் சிறந்தது. என் மேடிஸனும் அதை விரும்ப மாட்டாள் என்றே நினைக்கிறேன். நான் விசாரணைக்கு இருக்கப்போவதில்லை. தீர்ப்பு, நான் நினைத்ததற்கு மாறாக இருக்கலாம். அது எனக்கு உகந்ததல்ல. என் மகளுக்குப் பெருமை சேர்க்கும் விஷயங்களைக் கவனிக்கப்போகிறேன்" என்று பெருந்தன்மையாகக் கூறிவிட்டார்.

நகரத்தின் மேயர், கொடியை அரைக் கம்பத்தில் பறக்க விடும்படி ஆணையிட்டு, "நகரமே இருளும் துக்கமும் நிறைந்ததாக மாறிவிட்டது. நகர மக்களின் மனதில், பேச்சில் இந்த இரு சிறார்கள் மட்டும்தான் இப்பொழுது" என்று தனது உரையில் குறிப்பிட்டிருக்கிறார்.

பொறுப்புள்ள பெற்றோர்களுக்கும் சிறுவர் சிறுமிகளுக்கும் மேடிஸனின் சம்பவம் அதீத வருத்தத்தையும் மிகுந்த பயத்தையும் ஏற்படுத்திவிட்டது. பதிமூன்று, பதினொன்று, ஒன்பது வயதுகளில் மூன்று பெண் குழந்தைகளுள்ள உயர் அதிகாரி, தன்னுடைய கவலைகளைப் பகிர்ந்துகொண்டார். அவர்களுடைய ஒன்பது வயது பெண் இது சம்பந்தமாக எழுப்பிய, எங்களுக்கு என்ன பாதுகாப்பு இருக்கிறது போன்ற கேள்விகள் அவரைச் சங்கடத்துக்குள்ளாக்கி இருக்கின்றன. "தெரியாதவர்களுடன் வெளியில் போகக் கூடாது என்று சொல்லிக்கொண்டிருந்தோம். இந்தச் சம்பவத்திற்குப் பின் தெரிந்தவர்களுடனும் போகக் கூடாது. நண்பர்களுடன்தான் போக வேண்டும். பெற்றோர்களின் அனுமதியுடன்தான் போக வேண்டும். அதிக நேரம் வெளியில் தங்காமல் வீடு திரும்பிவிட வேண்டும் என்று சொல்ல விரும்புகிறேன். பட்டாம்பூச்சிபோல் சுதந்திரமாகச் சுற்றித்திரிந்துகொண்டிருந்த சிறார்களுக்குப் பயம், மனத்தடை ஏற்பட்டுவிட்டது. பெற்றோர்களுக்கும் அலுவலகத்தில் நிம்மதியாக இருக்க முடிவதில்லை. நானும் அம்மாவும் உயிருடன் இருப்பதுவரை உங்கள் உயிருக்கு நாங்கள் பாதுகாப்பு, கவலையே வேண்டாம் என்று குழந்தைகளுக்குப்

பொய் வாக்குறுதியும் கொடுத்தாகிவிட்டது. நான் சொன்ன பதிலை நானே வெறுக்கிறேன்" என்று கூறியிருக்கிறார். குழந்தைகள் மனதில் மகிழ்ச்சியும் இல்லை, பெற்றோர்களுக்கு நிம்மதியுமில்லை, எல்லாப் பெற்றோர்களின் மனநிலையும் இதுதான்.

ஏ.ஜே.யின் 'இன்ஸ்டாஸ்க்ராம்' கணக்கில் அவன் பேரில் வெறுப்பை உமிழ்ந்து ஏகப்பட்ட கருத்துகள் பதிவாகி யிருந்தன. சிறிது காலத்துக்குப் பிறகுதான் தளத்திலிருந்து அதை நீக்கினார்கள். ஏ.ஜே. சார்பாக வாதாடுவதற்காக அரசாங்கமே திறமையான இரண்டு அரசாங்க அட்டார்னிகளை நியமித்திருக்கிறது. ஆயுள் தண்டனையா, சீர்திருத்தப் பள்ளியில் சேர்க்கப் போகிறார்களா என்பது வழக்கின் முடிவில் தெரியும்.

லோரா சொன்னதுபோல் இருவருமே குழந்தைகளை இழந்துவிட்டார்கள். சிறுமி உயிருடன் இல்லை. சிறுவன் உயிருடன் இருந்தும் தாய்க்கு இல்லாததுபோல்தான்.

இந்தியாவில் இதுபோன்ற சம்பவங்கள் மனம் மரத்துப் போகும் அளவுக்கு நடந்துகொண்டுதான் இருக்கின்றன. அதுவல்ல விஷயம். தன் ஒரே குழந்தையை இழந்த சில தினங்களிலேயே லோரா, அனுதாபக் கூட்டத்துக்கு வந்த ஃபேக்டரைக் கட்டி அணைத்துக்கொண்டு எப்படி இந்த வசனங்களைக் கூற முடிந்தது? நடைபயணம் செய்து நிதி திரட்டிப் பாதிக்கப்பட்ட சிறார்கள் பள்ளிக்கு எப்படிக் கொடுக்க முடிந்தது? அனுதாபக் கூட்டத்துக்கு ஃபேக்டர் எப்படித் தைரியமாக வந்தாள், லோராவின் மனநிலையோ, கூட்டத்துக்கு வந்த மக்களின் மன நிலையோ வேறு விதமாக இருந்திருந்தால் அவளுடைய உயிருக்கே ஆபத்தாகியிருக்கலாம். மேடிஸனின் இரண்டு அப்பாக்களுமே பணம் சேகரித்துக் கொடுத்தது, மேடிஸனின் அப்பா அவளுடைய சாவை எடுத்துக்கொண்ட விதம், காவல்துறை உயர் அதிகாரிகள் மக்கள் மத்தியில் ஏற்படுத்தியிருக்கும் தாக்கம், தங்கள் பிம்பத்திற்கு மாறாக மேடிஸனின் சாவைப் பற்றிக் கூட்டங்களில் குறிப்பிடும்போது கண்ணீர் மல்க தளதளத்தது, அட்டார்னியின் நெகிழ்ச்சி.

இவை என்னைத் தீவிரமாகச் சிந்திக்க வைத்த வித்தியாச மான அனுபவங்கள்.

நவம்பர் 2015

2.
நியூஸிலாந்த்:
ஒரு அற்புத உலகம்

சு.ரா.வின் சகோதரி மீனாக்காவின் மகள் சாருகேசி ஆக்லாந்தில் வசிக்கிறாள். (அவளும் அவள் கணவர் ராஜ்குமாரும்). அங்கு பிப்ரவரி கோடைகாலம் என்பதால் இடங்களைச் சுற்றிப் பார்ப்பதற்கு வசதியாக இருக்கும் என்று அழைத்ததின் பேரில் சென்றோம். நான் பிப். 8ஆம் தேதி கிளம்பிப்போய் பிப். 28ஆம் தேதி ஊர் திரும்பினேன். ராம், தைலா, தங்கு குடும்பங்கள், அமெரிக்காவிலிருந்து வர, நான் சென்னையிலிருந்து மலேசியன் விமானத்தில் கோலாலம்பூர் போய், இரண்டு மணிநேரத்தில் அங்கு விமானம் மாறி நியூஸிலாந்தின் தலைநகர் ஆக்லாந்திற்கு (Aukland) சென்றேன். ராம், தைலா டிக்கட் பதிவு செய்யும்போதே சக்கர நாற்காலிக்கும் ஏற்பாடு செய்துவிட்டதால், சிறிய நெருக்கடிகள் ஏற்பட்டாலும், மொத்தத்தில் பயணம் சௌகரியமாகவே அமைந்தது.

பத்து நாள் பயணமான நைரோபி அனிமல் சஃபாரிக்குப் பிறகு, எங்களுடைய இரண்டாவது சுற்றுலா இது. சாரு, ராஜ், அவர்களுடைய இரண்டு மகன்கள் ரிஷி, நிரு, அவர்களுடைய மனைவிமார்கள் கார்த்திகா, கேஸா என்று இந்த முறை இன்னும் கலகலப்புக் கூடிவிட்டது. அவர்களுடைய மகன்களின் வீடுகளும், சாரு வீட்டிற்கு அருகில் இருக்கின்றன. சுற்றிலும் அழகான இயற்கைக் காட்சிகளுடன் எல்லோரும் தங்குவதற்கான வீடும், வீட்டு உணவும் கிடைத்தது எங்கள் அதிர்ஷ்டம்தான்.

நியூஸிலாந்தின் தென்புறத்துச் சுற்றுலா நகரமான குயீன்ஸ் டவுன் (queens town) செல்வதற்கு எங்களை விமான நிலையத்தில் கொண்டுவிடுவதும் கூட்டி வருவதுமான காரியங்களை ராஜ், ரிஷி, நிரு மிகவும் உற்சாகத்துடன் செய்தார்கள். உள்ளூர்

இடங்களைப் பார்வை இடுவதற்கு, அவர்களே எங்களைக் காரில் அழைத்துச் செல்வதும் விளக்கங்கள் சொல்வதும், எங்களுக்கு உற்சாகத்தைத் தந்தது.

முதல் வார இறுதி நாட்களில், ஆக்லாந்த் நகரைச் சுற்றிப் பார்த்தோம். கோரமண்டல் பெனின்சுலா கடற்கரையில், குறிப்பிட்ட ஏரியாவில், குளிர்ந்த கடல் தண்ணீரில் கால் நனைக்கும் இடத்தில், மணலுக்குள் கால் கட்டைவிரலால் லேசாக அழுத்துவதற்குள் நல்ல வெந்நீர் வருகிறது. அடியில் சல்ஃபர் இருப்பதால் ஏற்படும் மாற்றம். மக்கள் கைகளால் மணலில் பெரிய குழி தோண்டி, இரண்டு, மூன்று பேராக வெந்நீர்க் குழிக்குள் கால் வைத்து அமர்ந்திருக்கிறார்கள். மருத்துவ குணமும் இருப்பதாகச் சொல்கிறார்கள்.

ஆக்லாந்திலிருந்து சௌத் ஐலண்ட் (south Island) குயீன்ஸ் டவுனுக்கு ஒன்றரை மணிநேர விமானப் பயணம். இந்தப் பிரயாணங்களை முழுமையாக ஏற்பாடுசெய்து தந்தவர் வழிகாட்டி செந்தில். ராஜ்குமார், சாருவுக்கு இதுபோன்ற பயணங்களுக்கு ஏற்பாடு செய்துகொடுத்து, நெருக்கமானவர். சென்னையைச் சேர்ந்த பொறியாளர். கைடு தொழிலையே முழு நேரப் பணியாக எடுத்துக்கொண்டு, நியூஸிலாந்தில் குடும்பத்துடன் வசித்துவருகிறார். (Happy Tour NZ) என்கிற கம்பெனி வைத்து நடத்திக்கொண்டிருக்கிறார். சென்னையைச் சேர்ந்த பச்சைத்தமிழர், சுற்றுலா முழுவதும், வழிகாட்டியாக இருந்ததால், பேச்சும், சிரிப்பும் கலகலப்புமாக எங்கள் குடும்பத்தில் ஒருவராக அவர் மாறியதில் ஆச்சரியப்பட ஒன்றுமில்லை. அவருடைய அம்மா மருத்துவர். தைலா சென்னை மருத்துவ கல்லூரியில் படித்துக் கொண்டிருந்தபோது அவளுக்குப் பேராசிரியராக இருந்தவர். ஆச்சரியந்தான், உலகம் சுருங்கித்தான் வருகிறது.

குயீன்ஸ் டவுனில் தற்காலிக வழிகாட்டியாக இருந்தவர், செந்தில் ஏற்பாடு செய்த அவருடைய நண்பர் ஆஷிஷ் என்கிற பஞ்சாபி. இவர்கள் இருவருமே கமலா ஆன்ட்டி பேரில் காட்டிய மதிப்பு, அன்பு அக்கறை, குழந்தைகள் மனு–நீரத்திடம் காட்டிய விசேஷப் பிரியம் இவற்றை மறக்க முடியாது. குயீன்ஸ்டவுன் ஏர்போர்ட்டிலிருந்து மூன்று மணிநேர ஷட்டில் பிரயாணம். டியானோவ் அபார்ட்மெண்ட் வந்தடைந்தோம். தைலாவும் ராமும் இரண்டு நாள்கள் முன்பே கிளம்பி வந்து, மில்ஃபெர்டு சௌண்ட்ஸில் (Milford Sounds) கப்பல் பயணம், படகுப் பயணம் முடித்து அபார்ட்மென்டில் எங்கள் வருகைக்காகக் காத்திருந்தார்கள். சுற்றுலாப் பயணிகளுக்காக முழு வசதியும்

செய்யப்பட்ட அபார்ட்மென்ட். அருகிலேயே சூப்பர் மார்க்கெட் இருப்பதால், தேவையான பொருட்களை வாங்கி, உணவு தயார் செய்வது தைலாவுக்குச் சுலபமாயிருந்திருக்கிறது. ஏர்போர்ட்டில் தொடங்கிய மழை மூன்று மணிநேர ஷட்டில் பயணத்திற்குப் பின் அபார்ட்மென்ட் வந்து சேர்ந்த பிறகும் ஓயவில்லை. எதிர்பாராமல் திடீரென்று மழை பெய்வது அந்தத் தேசத்தின் தனித்தன்மை. வெளியில் செல்ல முடியாததால், தைலா தயார் செய்து வைத்திருந்த இரவு உணவை அருந்திவிட்டு, சிறிது நேரம் நியூஸிலாந்த் பற்றி உரையாடிவிட்டு, உறங்கிவிட்டோம். ஊர்வன போன்ற விஷப் பாம்புகள், தேள்கள், பாலூட்டிகள், கறையான் போன்ற எதுவும் நியூஸிலாந்தில் கிடையாது. பாலுக்கான பசுக்களையும் மாமிசத்துக்கான பசுக்களையும் வெளிநாடுகளிலிருந்து வரவழைத்து வளர்க்கிறார்கள். அதுபோல் மான் கறி (வெனிசின்) சமைப்பதற்கான மான் பண்ணைகள் ஏராளம். மான்களின் கொம்பைச் சீவி சீனாவுக்கு ஏற்றுமதி செய்வார்களாம். பஸ்ஸில் பயணம் செய்யும்போது, கம்பளி நூலுக்கான மெரினோ ஆடுகள் என்று கூட்டங்கூட்டமாக ஆடுகளும் பசுக்களும் மான்களும் செழிப்பான புல்வெளிகளில் மேய்ந்து கொண்டிருப்பதைப் பார்க்கலாம். அவைகளுக்குக் குளிர்கால ஆகாரத்திற்காகப் புற்களைப் பதப்படுத்திப் பச்சை, மஞ்சள் நிறங்களில், சிலிண்டர் வடிவத்தில் ஆங்காங்கே புல்வெளிகளில் போட்டு வைத்திருக்கிறார்கள். சில வகைப் பறவைகளும், சிறு பூச்சிகளுமே அந்தத் தேசத்திற்குச் சொந்தமானவை. பக்கத்துத் தேசமான ஆஸ்திரேலியாவில்தான், விஷப் பாம்பு வகைகள் உலகிலேயே அதிகமாம்.

மறுநாள் காலை டியானோவிலிருந்து (Teanuav) கிளம்பி, மில்ஃபோர்டு சௌண்ட்ஸ் ஏரியில் போட்டில் ஏறி அமர்ந்தோம். எண்பது கிலோமீட்டர் ஆழமும் நீளமும் உள்ள ஏரி. ஒரு மணி நாற்பத்தைந்து நிமிட 'சீனிக்' பயணம். மழை விட்டு விட்டுப் பெய்துகொண்டிருந்தது. படகு மெதுவாக நகர, கண்ணாடி ஜன்னல் வழி காட்சிகள் தெரிய ஆரம்பித்தன. இடையில் சப்பாத்தி, சாதத்துடன் சைவ உணவு வகைகள், தந்தார்கள். சாப்பிட்டுக்கொண்டே, காட்சிகளைப் பார்த்து ரசித்துக்கொண்டிருந்தோம். அடர் மழை காரணமாக ஒரு கட்டத்தில் படகுக்குள்ளிருந்து காட்சிகளைப் பார்க்க முடியவில்லை. பயணிகள் கோட்டோ, ரெயின் கோட்டோ அணிந்துகொண்டு, படி ஏறி மேல்தளத்தில் போய்க் கொட்டும் மழையில் மலையிலிருந்து கொட்டும் அருவிகளைப் பார்த்து ரசித்தார்கள். மழை காரணமாகவும் படி வழுக்கலாம் என்கிற எண்ணத்திலும் மேலே ஏறத் தயங்கினேன். தலை மூடியுள்ள (hood) கோட்டை எனக்கு அணிவித்து, யோசிக்க அவகாசம்

தராமல் என்னையும் தைலாவையும் மேல் தளத்திற்குக் கூட்டிப் போய்விட்டார் ராம். தங்கு, மனு, நீனி எல்லோருமே ஏற்கெனவே மேலே வந்துவிட்டார்கள்.

போட் நகர, ஒவ்வொரு மலையிலிருந்தும் ஆறாயிரம், எட்டாயிரம், ஒன்பதாயிரம் அடி உயர மலைகளிலிருந்து அதிக இடைவெளி இல்லாமல், பெரிதும் சிறிதுமாக வேகமாகவும் மெலிதாகவும் கொட்டிய அருவிகள் இயற்கையின் தரிசனந்தான். கடவுள் தரிசனமாகவே நினைத்து ஸ்தம்பித்து நின்றுவிட்டேன். மழை பெய்வதும் அழகைக் கூட்டியது. பால்போல் நுரைத்துப் பொங்க, உக்கிரமாக விழும் அருவியின் அருகில் படகை, எங்கள் மேல் தண்ணீர் தெறிக்க வேண்டுமென்பதற்காகவே கொண்டு சென்றார்கள். வேகமாக முகத்தில் அடித்த, ஐஸ் போன்ற, அந்தக் குளிர்ந்த தண்ணீரை எனக்குத் துடைத்துக்கொள்ளக் கூடத் தோன்றவில்லை. ஒன்பதினாயிரம் அடி, உயரத்திலிருந்து விழும் அந்தத் தூய்மையான தண்ணீருக்கு ஈடு இணை எது?

எட்டாவது அதிசயம் என்றார்கள். இயற்கையின் அற்புதமான இந்தக் காட்சிதான் முதல் அதிசயமாக எனக்குத் தோன்றுகிறது.

மறுநாள், ராமும் தைலாவும் குயீன்ஸ் டவுனில் பைக் ரைடு சென்றார்கள். தங்கு மனு, நீனியுடன் ராம் கோண்டாலா ரைடு (cable car) சென்றபோது அவர்களுடன் நானும் சென்றேன். கோண்டாலாவில் ஏறித்தான் மலை உச்சிக்குச் செல்ல முடியும். அப்படி செல்லும்போது ஏரி 'வக்கடிப்புவை'யும் (Wakatippu) குயீன்ஸ் டௌனிலுள்ள டௌன் டவுனை (Down town)யும் பார்த்து ரசிக்க முடிந்தது புது அனுபவம். உச்சியில் இருக்கும் ஓட்டலில் பார்வையாளர்கள் அமரும் ஹாலில் அமர்ந்திருந்தேன். நேரம்போவது தெரியாமல் வேடிக்கைப் பார்ப்பதற்கு எவ்வளவோ விஷயங்கள். மலை உச்சியிலிருந்து விமானத்திலிருந்து கண்ணாடி ஜன்னல்வழி கீழே பார்க்கும் காட்சிகள் போல் சுற்றிலும் மலைகள், பள்ளத்தாக்குகள், பச்சைப் பசேலென்ற காடுகள் அருமையாக இருந்தன. சீன வருடப் பிறப்பு என்பதால், லட்சக்கணக்கான சீன யாத்திரிகர்கள் வந்து குவிந்தார்கள். அவர்கள் கூட்டங்கூட்டமாக உள்ளே வருவதும், அமர்ந்து ஏதாவது பானங்கள் அருந்திக்கொண்டே ஓய்வு எடுப்பதும், அவரவர்களின் சுற்றுலா வழிகாட்டி வந்ததும் வெளியில் போவதுமாகக் கலகலப்பாயிருந்தது சூழல்.

லூஜ் (luge) என்பது வேடிக்கையான கார் ரைடு, ஸிப்லைனிங்க் (ziplining) என்பது, சரிவிலுள்ள இரண்டு மரங்களுக்கு இடையிலுள்ள ஒயர். ஆட்களை அந்தரத்தில்

கட்டி, அந்த ஒயரில் தொங்கவிட்டிருப்பார்கள். அந்தரத்தில் தொங்கிக்கொண்டே, அற்புதமான காட்சிகளை அச்சம் சூழ ரசித்துக்கொண்டே அந்த ஒயரில் வெகுதூரம் செல்ல வேண்டும். பலவித ரைட்ஸ்களில் மகிழ்ச்சியுடன் தங்கு குடும்பம் பங்கெடுத்துக்கொண்டு வந்ததும், அந்த ஓட்டலிலேயே உணவு அருந்திவிட்டு, ஜெட் போட் (jet boat) ரைடு போவதற்காகக் காத்திருக்கும் பஸ் ஏறுவதற்கு ஓடினோம்.

பேருந்தில் ஏறி அமர்ந்ததும், ஓட்டுநர் + வழிகாட்டி, போகும் வழி பற்றி விளக்கங்கள் சொல்லிக்கொண்டே வந்தார். எனக்கு அவரின் ஆங்கிலம் அரைகுறையாகத்தான் புரிந்தது. அருகில் அமர்ந்திருந்த மனுவிடம் கேட்டுத் தெரிந்துகொண்டேன். சிறிது நேரத்தில் மிக உயரமான மலையிலிருந்து ரொம்பவும் குறுகலான பாதையில் வளைந்து வளைந்து பஸ் கீழ்நோக்கி இறங்க ஆரம்பித்தது. அணு அளவு விலகினாலும், கிடுகிடு பள்ளத்தாக்கில், பஸ் தலைகுப்புற விழ வேண்டியதுதான். ஜன்னல் ஓரத்தில் அமர்ந்திருந்த எனக்கு, பள்ளத்தாக்கைப் பார்க்கவே பயம் தோன்றியது. 'லார்ட்ஸ் ஆஃப் ரிங்ஸ்' படம் இந்த பள்ளத்தாக்கில் இந்தப் பாறைக்கருகில்தான் எடுக்கப்பட்டது என்று விளக்கங்களுக்கு நடுவில் குறிப்பிட்டார் டிரைவர். மலை உச்சியிலிருந்து அடிவாரம் வந்து சேர ஒரு மணிநேரத்திற்கும் மேலாகியிருக்கும்.

லைஃப் ஜாக்கெட் போட்டுக்கொண்டு ஜெட் போட்டில் ஏறினோம். படகு ஓட்டுபவரையும் சேர்த்து பன்னிரண்டு பேர். என் வயதில் யாரும் இல்லை. என்னைத் தவிர அறுபது வயதையொட்டியவர்கள், இளைஞர்கள், மனு நீனி ஆகியோருக்கும். படகில் எப்படி அமர வேண்டுமென்று விளக்கம் தந்துவிட்டு, ஓட்டுநர், பேரிரைச்சலுடனும் அசுர வேகத்துடனும் படகைச் செலுத்த ஆரம்பித்தார்.

அதீத மகிழ்ச்சியும் சிறிது பயமுமாக, நான் தைலா, தங்குவுக்கு நடுவில் அமர்ந்திருந்தேன் மிகவும் குறுகலான ஓடை போன்ற ஆறு. மிக வேகமாகப் போகும் படகை வலது புறமாகக் கவிழ்த்துவிடுவதுபோல் சரிக்கிறார். படகுக்குள் ஒரே ஆரவாரம். திடீரென்று இடதுபுறமாகச் சரிக்கிறார். மிகவும் ஒடுக்கமான இடத்திலிருந்து சிறிது அகலமான இடத்துக்கு வந்ததும், படகைத் தட்டாமாலைபோல், வட்டம் சுற்றுகிறார், படகிலிருந்து தெறித்து ஆற்றில் விழுந்துவிடுவோம் என்று பயப்படுமளவுக்கு! சற்று இடைவெளிவிட்டு, இதுபோல் மூன்று நான்கு முறை செய்யும்போது, படகில் ஆரவாரம் கட்டுக்கடங்காமல் போய்விட்டது. மனு, நீரத் பயப்படாதது

கமலா ராமசாமி 65

மாத்திரமல்ல, மகிழ்ச்சியில் குதிக்க ஆரம்பித்துவிட்டார்கள். படகோட்டியும் சரி, குறுகிய பாதையில் பஸ் ஓட்டியவரும் சரி, மிகமிகத் திறமைசாலிகள் என்பதில் சந்தேகமே இல்லை.

சனிக்கிழமை காலை என்னை ஆக்லாந்திற்கு விமானத்தில் ஏற்றி அனுப்பிவிட்டு, எல்லோரும் மௌண்ட் குக் (mount cook) பார்க்கப் பேருந்தில் கிளம்பிப்போனார்கள். மௌண்ட் குக் எனக்குக் கடினமான பயணமாக இருக்கும் என்பதால் நான் செல்லவில்லை. ஆக்லாந்தில் ஏர்போர்ட்டுக்கு சாருவும் ராஜும் வந்திருந்தார்கள். இவர்கள் இருவரின் முயற்சியில்தான், எனக்கு சௌத் ஐலெண்ட் பார்க்கும் சந்தர்ப்பம் கிடைத்தது. ராஜ் பலவிதமாக இணையதளத்தில் முயற்சிசெய்து, தங்கு குடும்பம் குயீன்ஸ் டௌண் போகும் விமானத்தில் எனக்கொரு டிக்கட் கண்டுபிடித்துவிட்டார். சௌத் ஐலண்ட் பார்க்க முடியாமலாகிவிட்டால் நமக்கு நியூஸிலாந்த் பார்த்த திருப்தி ஏற்படாது. மௌண்ட் குக் பார்த்துவிட்டு எல்லோரும் ஞாயிறு இரவு ஆக்லாந்த் திரும்பினார்கள்.

இரண்டாவது வாரம் எங்கள் நார்த் ஐலெண்ட் (North Island) பயணம் தொடங்கியது.

சாரு வீட்டிலிருந்து, செந்தில் எங்களை 'வைட்டமோ' (waitamo) கூட்டிச்சென்றார். பூமிக்கடியிலுள்ள குகை, சுண்ணாம்புக் கற்களால் உருவானது. நியூஸிலாந்தில் வாழ்ந்த ஆதிமக்கள் மௌரி இனத்தவர்; அவர்கள் மொழியில், 'வை' என்றால் தண்ணீர். 'டமோ' என்பது துவாரம். குகைக்குள் ஏகப்பட்ட சுண்ணாம்புப் பாறைகள் கூரையிலிருந்து கீழே பார்த்தும் தரையிலிருந்து மேலே பார்த்தும் உருவாகியிருக்கிறது. எங்கள் குழுவின் வழிகாட்டி, யாராவது பாடத் தெரிந்தவர்கள் இருந்தால் பாடலாம் என்றார். மற்றொரு குழு கோரஸாகப் பாடிக்கொண்டிருந்ததையும் கேட்டோம். எங்கள் குழுவில் தங்குவைப் பாடச் சொன்னோம். அவள் மிகவும் தயக்கத்துடன் ஆதி சங்கராவின் காமாட்சி ஸ்தோத்ரத்திலிருந்து, 'வாக் தேவி' (Vaag Devi) என்கிற ஸ்லோகத்தைப் பாடினாள். அன்னிய நாட்டினர் ஆனாலும் ஆழ்ந்து ரசித்தார்கள். வழிகாட்டியும், எங்கேயோ வேறு உலகத்திற்கு அழைத்துப்போய்விட்டீர்கள் என்றார் மகிழ்ச்சியுடன். அதைப் பார்த்து முடித்ததும், அண்டர் க்ரௌண்டில் ஓடும் வைட்டமோ, ஆற்றில் சிறிது தூரம் படகுப் பயணம் போனோம். கும்மிருட்டில் சென்ற அந்தப் படகுப் பயணத்துக்கு ஒரே வெளிச்சம் குகையின் கூரையிலிருந்து நூற்றுக்கணக்கான, 'மின்மினிகள்' (glow worms) தரும் வெளிச்சமே அற்புதமான காட்சி. இரவில் ஆகாயத்தில் தெரியும் நட்சத்திரக் கூட்டம்போல் அடர்த்தியாக மின்னுகிறது. ஒரு இடத்தில்

சுண்ணாம்புப் பாறையாலான கூரையிலிருந்து, பச்சைக் கலரில் பந்தல் கொடியில் காய்த்துத் தொங்கும் பச்சைப் பயறுபோல், நீளமாக, சரம்சரமாக 'மின்மினிகள்' தொங்குவதையும் பார்த்து, அதிசயித்து நின்றோம்.

அடுத்து சென்றது நார்த் ஐலண்ட்டின் நடுவில் இருக்கும் டௌபொ(Tuvbow) என்கிற டவுன். டௌபொ ஏரியின் கரையிலிருக்கிறது. நியூஸிலாந்திலேயே மிக நீளமான ஏரி. அதன் ஒரு பகுதியிலேயே ஏரியிலிருந்து ஆறு உற்பத்தியாகிறது. பொதுவாக மலையிலிருந்து ஆறு உற்பத்தியாவதைத்தான் கேள்விப்பட்டிருக்கிறோம். சலனமில்லாமல் இருக்கும் குளத்தின் பகுதியிலிருந்து வைக்காட்டோ (Waikato) ஆறு உற்பத்தியாகி, சலசலப்புடன் ஒரு திசை நோக்கி பயணிப்பதைப் பார்க்க முடிந்தது. அதன் பின் பார்த்தது ஹூக்கா (huka) செட் ஹாட் (set hot) அருவிகள் வைக்காட்டோ ஆற்றில் பாய்வதை. அந்த அகலமான ஆற்றின் தண்ணீர், குறுகலான வாய்க்கால் வழி பாய்கிறது. அப்பொழுது ஏற்படும் இரைச்சல், வேகம், நுரை பொங்கும் வெள்ளையும் நீலமும் பச்சையும் கலந்த தண்ணீர் வெயிலில் வெள்ளி உருகிப் பாய்வதுபோல் பளபளக்கும் அற்புதத்தை என்னவென்று சொல்ல! பாய்ந்து வரும் ஐஸ் போன்ற குளிர்ந்த தண்ணீருக்கு நடுவில் கொதிக்கும் தண்ணீர் கொப்பளித்துக்கொண்டு வருகிறது. நியூஸிலாந்த் அதிசய உலகம்தான். சந்தேகமே இல்லை.

ஹூகா அருவி பார்த்துவிட்டு, நீச்சல் குட்டையில் வெந்நீர்க் குளியல் (spaw) எடுத்துக்கொண்டோம். இயற்கை யாகப் பூமிக்கடியிலிருந்து வரும் வெந்நீர் ஊற்று. அந்தத் தண்ணீருக்கு ஆன்டிபயோட்டிக் மருத்துவக் குணம் உண்டு என்றார்கள். டௌபொ டௌன் உணவகத்தில் இந்தியன் உணவு உட்கொண்டு, பின் படுக்கச்சென்றோம்.

மறுநாள் ரோட்டரோவா (Rotarova) சென்றோம், ஹாட் ஸ்பிரிங்க் திடீரென்று வெளிப்பட்டு லார்வா, ஆஷ் கேஸ் வெளிவிடுவதைப் பார்த்தோம். அழுகிய முட்டை வாடை வந்து, நம்மை அந்த இடத்தைவிட்டு வெளியேறும்படிச் செய்துவிடுகிறது. அதன்பின் ஜியோதர்மல் பார்க்கில் (jeothermal park) சென்று, பச்சை, சிவப்பு, நீலம் போன்ற விதவிதமான நிறங்களில், பலவிதமான ஹாட் ஸ்ப்ரிங்க் ஏரியாவைக் குறுகிய எல்லைக்குள் பார்க்க முடிந்தது. அடுத்து மனு, நீரத் ஓகோ (Ogo) என்கிற ராட்சஷ பந்து ரைடில் கலந்துகொண்டார்கள். பந்து மேட்டிலிருந்து பள்ளம் நோக்கி உருண்டு வரும்போது, அதற்குள் நாம் உருள்வதில் ஒரு மகிழ்ச்சி. அதன்பின் மௌரி மியூஸியத்தைப் பார்வை இட்டுவிட்டு, மௌரிகளின் நாடோடி

நடனத்தையும் பார்த்து ரசித்துவிட்டுப் பின் மண் குளியல் எடுத்துக்கொண்டு ஆக்லாந்த் திரும்பினோம்.

ஸ்கை டௌ(ட)வர் (sky tower) பார்வை இடுவதற்கு, எங்களுடன் சாருவின் குடும்பமும் வந்தார்கள். ஆனால் ரிஷி, கார்த்திகாவுக்கு வருவதற்கான சந்தர்ப்பம் அமையவில்லை. அவர்கள் வளர்க்கும் பேபி சீஸருக்கு (நாய் என்று சொன்னால், அவர்களுக்கு வருத்தம் வந்துவிடும்.) ஸ்கின் கேன்ஸர். சீஸருக்கான சிகிச்சை மும்முரத்தில் இருந்ததால் அவர்களுக்கு வர முடியவில்லை. சீஸருக்கு கேட்டரேக்ட் அறுவை சிகிச்சை முடித்து வெளியில் வருவதற்குள், அவர்களுக்கு அடுத்த பிரச்சினை.

நீருவும் கேஸாவும் அலுவலகத்திலிருந்தே ஸ்கை டவருக்கு வந்துவிட்டார்கள்.

அறுபது மாடிகளுள்ள டவர். அறுபதாவது ஸ்டோரிலிருந்து ஆக்லாந்த் அழகை ரசித்தபடிச் சுற்றி வந்தோம். மொத்தம் நூற்றுஎண்பது டிக்ரியானல், அதில் நாற்பது டிக்ரிதான் தரைப்பகுதி. சுற்றிலும் உள்ள அழகை ரஸிக்கத்தான் முடியும். வெகுநேரம் இருந்து ரஸித்தோம். வர்ணிப்பது லேசான காரியமல்ல. பதினோரு பேருமாக, தாய் ரெஸ்டாரண்டில் வெகு நேரம் அளவளாவி, இரவு உணவை முடித்துக்கொண்டு வீடு வந்தோம்.

ராஜ் குமார், சாருவின் விருந்தோம்பல் என்றும் மனதில் நிற்கும்; நிச்சயமாக நியுஸிலாந்த் என்கிற அதிசய உலகமும்.

பிரிவில், விடைபெறுவது வழக்கம்போல் கடினமாகத்தான் இருந்தது. தங்கு குடும்பம் சனி காலையிலும் ராம், தைலா ஞாயிறு காலையிலும் அன்று பகல் மூன்று மணிக்கு நானும் சாரு குடும்பத்தினரிடமிருந்து விடைபெற்றோம்.

காலச்சுவடு, ஜூன் 2016

3.

தாய்லாந்து சுற்றுலா

ஹோஸன்னா டூர்ஸ் & டிராவெல்ஸ். கைடு – மிஸ்டர் சிவா. இளம் வயது. அம்மா, மனைவி, நாலைந்து வயதுடைய பெண் குழந்தையுடன் சேலத்தில் வசித்துவருகிறார். ஹோசன்னா டூர்ஸ் & டிராவல்ஸ் ஓனர்ஷிப்பும் அவருடையதுதான். மனைவியும் பங்குதாரர். நன்றாகத் தமிழில் பேசி, தாய்லாந்தில் பாஷை சிக்கல் ஏற்படாமல் முழுச் சுற்றுலாவையும் வழி நடத்திச்சென்றார்.

ஏர் ஏசியா விமானத்தில் கொச்சியிலிருந்து தாய்லண்டில் பட்டாயாவுக்குச் செல்லப் போகிறோம். சுற்றுலா செல்லும் நாகர்கோவிலின் பதினொன்று சினேகிதிகளும் எங்கள் வீட்டிலிருந்து பத்தாம் தேதி காலை மணி 10.10–க்கு ஏஸி வேனில், வேட்டாளி அம்மன் கோவில் பிள்ளையாருக்கு தேங்காய் விடல்போட்டுவிட்டுப் பிரயாணத்தைத் தொடங்கினோம். கவிஞர் சுகுமாரனின் மனைவி பிரேமாமணியை திருவனந்தபுரம் பைபாஸில் ஏற்றிக்கொண்டோம். ஸ்காட் கிறிஸ்டியன் காலேஜ் முதல்வரின் மனைவி மெரினா ராஜப்பாவையும் கழக்கூட்டம் பைபாஸிலிருந்து அழைத்துக்கொண்டு பிரயாணத்தைத் தொடர்ந்தோம்.

ஒன்றரை மணிவாக்கில் கையில் எடுத்துச் சென்றிருக்கும் அவரவர் மதிய உணவை, கொல்லம் சாலையில் காலியாக இருந்த தட்டுக்கடை ஒன்றில் வைத்துச் சாப்பிட்டது வசதியாக இருந்தது. அருகிலிருக்கும் பெட்ரோல் பங்கின் ரெஸ்ட் ரூமை உபயோகப்படுத்திவிட்டுப் பிரயாணத்தைத் தொடர்ந்தோம். மாலை ஐந்தரை மணிக்கு வேன் டிரைவர் ராபின்ஸன் சிபாரிசு செய்து நிறுத்திய ஆரியபவன் ஹோட்டலில் உளுந்து வடையும் டீயும்அருந்திவிட்டு (அருமையான வடையும் டீயும்) புத்துணர்ச்சியுடன் வேனில் ஏறினோம். ஏழு மணிக்குக் கொச்சி

விமான நிலையத்தை அடைந்துவிட்டோம். ஏழரை மணிக்கு எல்லோரும் கையில் கொண்டு வந்திருந்த இரவு உணவைச் சாப்பிட்டுவிட்டு கைடு மிஸ்டர் சிவாவுக்காகக் காத்திருந்தோம். ஸ்ரீமதி சென்னையிலிருந்து வந்து கொச்சியில் முரளி, பிரேமா வீட்டில் தங்கிவிட்டு, விமான நிலையத்திற்குச் சரியான நேரத்திற்கு வந்துவிட்டாள். ஐட்னரி கையில் இருந்தாலும், சிவா தாய்லாந்தில் நாங்கள் பார்க்க வேண்டிய இடங்கள், தங்கும் ஹோட்டல்கள், இந்தியன் உணவு வகைகள் பற்றித் தெளிவான உரை நிகழ்த்தினார்.

அலுவலகம் திறந்ததும் பரிசோதனைகள் முடிந்து,போர்டிங்க் பாஸுடன் லௌஞ்சை அடைந்தோம். நானும் சுபாவும் சக்கர நாற்காலி மூலம் சுலபமாக லௌஞ்சைஅடைந்துவிட்டோம். "கமலாராமின் செக்கின் லக்கேஜில் பவர் பேங்க் இருப்பதால், அந்த நபரே வந்து பெட்டியைத் திறந்து பவர் பேங்க்கை எடுத்துப் போகவும்." என அறிவிப்பு வந்தது. வீல் சேரில் பன்னிரண்டு தளம் எலிவேட்டரில் இறங்கிப் பெட்டி இருக்கும் இடத்தை அடைந்து, பவர் பேங்க்கை எடுத்துவந்தேன்.

பவர் பேங்க்கை செக்கின் லக்கேஜில் வைக்க வேண்டுமா அல்லது ஹேண்ட் லக்கேஜில் வைக்க வேண்டுமா என்பது பற்றி ஒவ்வொரு ஏர்லைன்ஸுக்கும் மாறுபட்ட அபிப்பிராயங்கள் இருக்கின்றன. டிக்கெட்டில் குறிக்கப்பட்டிருக்கும். சிறு சிறு லொட்டு லொடக்கு விஷயங்களை வாசித்துப் பார்க்கப் பொறுமையில்லாத என்னுடைய குணக்குற்றமும் முக்கிய காரணம்தான்.

சு.ரா.வை நினைத்துக்கொள்கிறேன். ரயில்வே அட்டவணையையும் தீவிரமாக வாசித்துக்கொண்டிருப்பார்; அது பற்றி ரசமாக நம்மிடம்சொல்லவும் செய்வார். ஏர் ஏசியா பற்றி ஏற்கெனவே கேள்விப்பட்டதுதான்.இருக்கைகள் குறுகலான விதத்தில் அமைக்கப்பட்டிருப்பதால் நெடுந்தூரம் பிரயாணம் செய்வது சிரமமான காரியமே. பட்டாயாவுக்கு நாலரை மணிக்கூர்தான் பிரயாண நேரம் என்பதால் அவ்வளவாகச் சிரமம் இருக்கவில்லை. போகும்போதும் திரும்பி வரும்போதும் பாக்கெட்டில் அடைத்த ரெடிமேடு சாதம். ஒரேவகை சாதம்தான். எங்களின் தோழி ஒருவர் ஏர் ஏசியா விமானம் என்பதால் இந்தச் சுற்றுலாவில் கலந்துகொள்ளவில்லை. (பதினொன்றாம் தேதி அதிகாலை பன்னிரண்டு மணிக்குக் கிளம்பி, தாய்லாந்து நேரம் காலை 6.15 மணிக்கு பட்டாயா விமான நிலையம் அடைந்துவிட்டோம். இரு நாட்டுக்கும் இரண்டரை மணிக்கூர் நேர வித்தியாசமிருக்கிறது. விமான

நிலையத்தில் எக்கச்சக்கமான சுற்றுலா பயணிகள். பரிசோதனை முடிய வெகுநேரம் காத்திருக்க வேண்டிவந்தது.

உடல் அசதி வேறு. வேனில் சென்று காப்பி பாரில் ஒரு கப் காப்பி வாங்கி அருந்தியதும்தான் களைப்பு நீங்கி எல்லோருடைய முகத்திலும் புன்சிரிப்பு தோன்றியது.

நாங்கள் தங்கப்போகும் கோல்டன் பீச் ஹோட்டலின் அனுமதி நேரம் பகல் இரண்டு மணி என்பதால், சிவாவின் ஏற்பாட்டின்படி ரேஸா டைகர் மிருக்காட்சிச் சாலைக்குச் சென்று காலை சிற்றுண்டி உண்டோம். வேனில் கோல்டன் பீச் ஹோட்டலை அடைந்து பெட்டிகளை ஹோட்டல் லாபியில் இறக்கிவிட்டு 'தாய் மஜாஜ்' செய்துகொள்ளச் சென்று விட்டோம். ஒரே அறையில் எங்கள் பதினான்கு பேரையும் படுக்கவைத்து, புடவை, சுடிதார் எதையும் மாற்றாமல் அவரவர் உடையுடன் செய்தது புதுமையாகத்தான் இருந்தது. ஒவ்வொருவருக்கும் 400 பாட் (தாய்லாந்து பணம்) வசூல் செய்தார்கள். ஆனால் மசாஜ் மிகவும் திருப்திகரமாக இருந்தது. இந்தியன் ரெஸ்டாரெண்டில், பப்ஃபே உணவு அருந்திவிட்டு, சரியான நேரத்துக்கு அறைக்குச் சென்றோம். இருவருக்கு ஒரு அறை. அதில் ஸ்ரீமதிக்கும் எனக்கு மாக ஒரு அறை. வரிசையாக ஏழு அறைகள். பொதுவாக ஹோட்டல்களில் இலவசமாகக் காலை உணவு தந்துவிடுவதால், சுலபமாகப் போய்விடுகிறது.

ஞாயிறு காலை பத்துமணிக்கே வேனில் கிளம்பினோம். எல்லோருக்கும் களைப்பு, உடல்வலி கால்வீக்கம். திங்கள் பகல் இரண்டு மணிக்குமேல்தான் அறையில் சிறிது நேரம் ஓய்வெடுக்க முடிந்தது. பின் தயாராகி, இந்தியன் ரெஸ்ட்டாரண்டில் மதிய உணவு சாப்பிட கிளம்பினோம். அடுத்து அல்காஸர் ஷோ. அழகுப் பதுமைகளாகப் பத்துப் பதினைந்து பெண்கள். நீச்சல் உடை போன்று பளபளக்கும் உடையும் உடம்பு முழுவதும் ஜிலுஜிலு நகைகளுமாக மேடை முழுவதுமாக வளைந்து நெளிந்து நடனம் ஆடினார்கள். ஜகஜோதியான ஒளி அமைப்பு கண்ணைப் பறித்தது.ஏழெட்டுப்பாட்டுகளுக்கு ஆடியிருப்பார்கள்.ஒவ்வொரு பாட்டிற்கும், ஒவ்வொரு நடனத்திற்கும் வித்தியாசங்கள் அதிகம் தெரியவில்லை. பிரம்மாண்ட மேடையில் கண்மூடித் திறப்பதற்குள் காட்சிகள் மாறுகின்றன.

ப்ராட்வே ஷோ, ஃப்ரெஞ்ச் ஸர்க்கஸ் போன்று பலதரப் பட்ட நிகழ்ச்சிகளை அமெரிக்காவில் பார்த்திருப்பதால் எனக்கு அவ்வளவு ஆச்சரியம் ஏற்படவில்லை. புதிதாகப் பார்ப்பவர்களுக்கு மிகவும் பிடித்திருக்கும் என்பதில்

சந்தேகமே இல்லை. காட்சி முடிந்ததும் நடனமாடிய பெண்கள் வெளியில் வந்து, பார்வையாளர்களைத் தங்களுடன் போட்டோ எடுத்துக்கொள்ளும்படி அழைப்பு விடுக்கிறார்கள். விருப்பப்பட்டவர்கள் போட்டோ எடுத்துக்கொண்டு அவர்களுக்கு இருநூறோ முந்நூறோ பாட் (தாய்லாந்து பணம்) கொடுக்க வேண்டும். நடனமணிகள் அனைவரும் திருநங்கைகள் என்றதும் ஆச்சரியமாகத்தான் இருந்தது. சிவாவின் ஏற்பாட்டின்படி எதிர்ப்புறத்தில் மிக அருகில் இருக்கும் இந்தியன் ரெஸ்டாரண்டுக்கு நடந்து சென்று உணவு அருந்தினோம். இரவு நன்றாகத் தூங்கி ஓய்வெடுத்தோம்.

பன்னிரண்டாம் தேதி காலை 'கோரல் தீவு'ப் பிரயாணம். சவாலான பயணம்தான். வேகம், குலுக்கல். படகு, ராட்ஷஸ அலைகளில் குதித்துக் குதித்து விழுந்து எழுகிறது. இருபது நிமிட பிரயாணத்துக்குப் பிறகு எங்கள் படகு அருகிலேயே மற்றொரு படகைக் கொண்டுவந்து நிறுத்தி, அதில் ஏற வைக்கிறார்கள். அடிக்கும் அலை வேகத்தில், தண்ணீருக்குள் விழாமல் படகு மாறுவது சுலபமான காரியமில்லை. ராஜி படகுகளுக்கு இடையில் தண்ணீரில் விழுந்துவிட்டாள். சிவா கண்ணிமைக்கும் நேரத்தில் அவளை மேலே தூக்கிவிட்டார்; பரவாயில்லை, சின்னக் காயத்துடன் தப்பினாள். முதல் படகை விட, இரண்டாவது படகு பன்மடங்கு வேகத்தில் சென்றது. சீட்டிலிருந்து ஓரடி மேலே எங்களை எகிறிவிட்டது. “இந்த வயதில், பரவாயில்லையே! சமாளித்துவிட்டேனே!” என்று எனக்கு நானே சபாஷ் போட்டுக்கொண்டேன்.

எல்லோருமாகப் படகிலிருந்த கட்டுமான தளத்துக்கு ஏறி பெஞ்சுகளில் அமர்ந்தோம். எங்கள் குழுவில் ஆறு பேர்கள் பேராக்ளைடு போனார்கள். அவர்களை உற்சாகப் படுத்திக்கொண்டும் ஸ்நாக்ஸ் சாப்பிட்டுக்கொண்டும் மேலே பறப்பவர்களைப் பார்த்து ரசித்துக்கொண்டும் இருந்தோம். பேராக்ளைடு போவதற்குப் பயந்தவர்கள்கூடப், போய் வந்த பிறகு நன்றாக இருந்ததாகச் சொல்லி மகிழ்ச்சியைப் பகிர்ந்துகொண்டார்கள். ஆறு சிநேகிதிகளும் சிவாவும் அடுத்த படகில் ஏறி ஸ்கூபா டைவிங் போனார்கள்.

மீதிப் பேர்கள் வேறு படகில் ஏறி அதே அதே வேகமான அலையில் கரை திரும்பிவிட்டோம். அங்குதான் அட்வெஞ்சர் காத்திருந்தது. நாங்கள் கொஞ்சமும் எதிர்பாராமல் இறங்கியது. அலையில் மேலும் கீழுமாக ஆடிக்கொண்டிருக்கும் பாலத்தில் படகு தரை தட்டும் இடத்திலிருந்தே கரைவரை தண்ணீரில் ஆடும் பாலம் அமைத்திருக்கிறார்கள். முழுக் குடிகாரன்போல் தள்ளாடிக்கொண்டும், ஒருவருக்கொருவர் கைகளை இறுகப்

பிடித்துக்கொண்டும் நடந்தோம். ஸ்ரீமதியும் பிரேமாவும் என் கைகளை இறுகப் பற்றிப் பிடித்துக்கொண்டார்கள் உஷாவும் விழாமல் பார்த்துக்கொண்டாள். கொளுத்தும் வெய்யில் வேறு; நிலைகுலைந்து போய்விட்டோம். கூபாடைவ் போனவர்கள் விட்டுச்சென்ற சாமான்களை வேறு சுதா கைகளில் சுமந்து வந்தாள். முன்பின் பழக்கப்படாத டூரிஸ்ட் பெண் ஒருவர் நாங்கள் திண்டாடுவதைப் பார்த்து வேகமாக வந்து கை கொடுத்து உதவினாள். அவளின் கைபற்றிய பலத்தில் ஒருவர் பின் ஒருவராக எப்படியோ கரையை வந்தடைந்துவிட்டோம். இவ்வளவு பொறுப்புடன் நடந்துகொண்ட சிவா இந்த இடத்தில் எந்தவித முன்னறிவிப்பும் தராமல் இப்படி சங்கடத்துக்குள்ளாக்கியதில் எங்களுக்கு வருத்தம் உண்டு. வழிகாட்டி ஒரு குழுவுடன்தான் போக முடியும். பயத்துடனும் தயக்கத்துடனும் செல்லும் கூபா டைவிங்க் குரூப்புடன் சென்று அவரும் கூபா டைவிங் செய்தது சரியானதே. முன் அறிவிப்பு தராமல் எங்களை அந்தரத்தில் தவிக்கவிட்டதுதான் சரியானவிஷயமில்லை. சுற்றுலாவில் ஒன்றிரண்டு விஷயங்கள் இப்படி நடப்பது சகஜம்தான்; பின்னால் சமாதானப்பட்டுக்கொண்டோம்.

கடற்கரையில் நிழல் குடைகளின் கீழ் ஏகப்பட்ட ஈஸிசேர்கள் போட்டிருந்தார்கள். இளநீர் வாங்கிக் குடித்துவிட்டு ஈஸிசேரில் சாய்ந்து ஓய்வெடுத்துக்கொண்டோம். கூபா டைவ் போனவர்கள், அடுத்து பனானா ட்ரைவும், செல்ஃப் ட்ரைவும் போய்விட்டுவந்தார்கள். எல்லோருமாக அதே ‘ஆடும் பாலம்’ வழி படகில் ஏறினோம். அதிகம் பாலன்ஸ் இல்லாதவர்களைப் இருவரிருவராகக் கைப்பிடித்து அழைத்துச்சென்றார்கள். என்னை சிந்துவும் கனகாவும் அழைத்துச் சென்றது காந்தியைப் பேத்திகள் இருவரும் பிரார்த்தனைக்கு அழைத்துச் சென்ற காட்சி நினைவுக்கு வந்தது. நாங்கள் இறங்க வேண்டிய கரை வந்ததும் படகிலிருந்து தண்ணீரில் இறங்கி, உடை நனைய கரை ஏறினோம். சிவா ஏற்பாடு செய்த ஹோட்டலில் சாப்பிட்டுவிட்டு, ஜெம் காலரி செல்ல விரும்பியவர்கள் அங்கு சென்றார்கள். மீதிப் பேர் அறைக்குச் சென்றுவிட்டோம்.

13ஆம் தேதி, புதன்கிழமை காலை அறைகளைக் காலி செய்துவிட்டு பட்டாயாவிலிருந்து வேனில் நேஷனல் பூங்காவைச் சுற்றி வந்தோம். சிங்கம், புலி, காட்டெருமை, மான் வகைகள், காண்டாமிருகம், நீர் யானை போன்ற மிருகங்கள் கும்பல் கும்பலாகப் படுத்து இளைப்பாறிக் கொண்டிருப்பதைப்பார்த்தோம். நாரை வகைகள், பெரிய பெரிய பஞ்சவர்ணக் கிளிகள் எல்லாவற்றிற்குமே இயற்கையான சூழலை உருவாக்கி இருக்கிறார்கள். இருந்தாலும் காட்டில்

இஷ்டப்படி வாழும் மிருகங்களின் அழகும் செழுமையும் கம்பீரமும் தனிதான். இரண்டரை மணிநேரம் பிரயாணம் செய்து பாங்காக் மரைன் பார்க் சென்றோம். சிவா எடுத்தது தவிர சிநேகிதிகள் ஒவ்வொரு இடத்திலும் ஃபோட்டோ எடுத்துத் தள்ளிவிட்டார்கள். அதற்கே கணிசமான நேரம் தேவைப்பட்டது. டால்ஃபின் ஷோ, மங்கி ஷோ, எலிஃபன்ட் ஷோ எல்லாம் பார்த்து ரசித்தோம். ஒவ்வொன்றும் 45 நிமிடங்கள் நடந்தன. நடக்கும் தூரத்திலிருக்கும் ரெஸ்டாரெண்டில் மதிய உணவு சாப்பிட்டோம். அதன் பின் ரமடா ஹோட்டல் அனுமதி நேரம் இரண்டு மணி சரியாக இருந்ததால் அறைக்குச் சென்று ஓய்வெடுத்தோம். மாலை ஐந்தரை மணிக்கு வெயில் தாழ்ந்திருந்ததால், நடந்தே இந்திரா சௌக்கத்திற்கு ஷாப்பிங்க் போனோம். சுற்றி அலைந்து அவரவர் விருப்பப்படிச் சாமான்கள் வாங்கினார்கள். ஸ்ரீமதி சிறிய ஸூட்கேஸ் வாங்கினாள். நான் எனக்கும் மைதிலிக்குமாக இரண்டு டீ ஷர்ட்டுகள் வாங்கினேன். திரும்பவும் நடந்தேவந்ததில் சிறிது களைப்பாகிவிட்டேன். ஒன்பது மணிக்கு சிவா இரவு உணவு தருகிறார் என்பதை இருவரும் மறந்துவிட்டோம். ரமடா ஹோட்டலுக்கு எதிர்ப்புறம் இருக்கும் பஞ்சாபி ஹோட்டலில் டிபன் சாப்பிட்டுவிட்டு அறையில் சென்று படுத்துவிட்டோம். சில பேர்கள் கால் மஜாஜ் போய்விட்டு, பன்னிரண்டு மணிக்கு மேல்தான் வந்து படுத்திருக்கிறார்கள்.

14ஆம் தேதி காலை அவரவர் இஷ்டப்படி ஷாப்பிங்க் செல்ல சிவா அனுமதித்துவிட்டார்.

நானும் பிரேமாவும் சாவகாசமாகப் பத்தரை மணிக்கு இந்திரா சௌக்கத்திற்குச் சென்று, ஒன்றுக்கு 1200பாட் வீதம் இரண்டு ஸூட்கேஸ் வாங்கினோம். புட் புட் என்றழைக்கப்படும் ஆட்டோவில் அறைக்குத் திரும்பினோம். ஸ்ரீமதி சுற்றி அலைந்து நடைபாதைக் கடைகளில் குடும்பத்திற்கான சாமான்கள் வாங்கி வந்தாள். பாக்கி சிநேகிதிகள் வேனில் வேறு ஏரியாவில் ஷாப்பிங்க் போய்விட்டு, வாக்கர்ஸ் ஸ்ட்ரீட்டெல்லாம் சுற்றியலைந்துவிட்டு வந்தார்கள். இரவு எட்டரை மணிக்கு ரிவர் குரூஸ் போனோம். குரூஸ் டின்னருக்கு ஒவ்வொருவரும் 1010 பாட் வீதம் கொடுத்தோம். உணவு அருந்திக்கொண்டே ஆற்றைச் சுற்றிவந்தோம். தண்ணீரில் பிரயாணம் செய்வது சுகமான அனுபவம்தான். என் சக தோழிகள், நடனம் ஆட சந்தர்ப்பம் கிடைத்தால் ஆடித் தகர்த்துவிடுவார்கள். குரூஸிலும் அது நடந்தது. சிவாவும் உடன் ஆடி உற்சாகப்படுத்தினார். துடிப்பாக ஆடிக்கொண்டிருக்கும் ஆண்கள் குழுவினர், எங்கள் பெண் சினேகிதிகள்மீது இடித்துவிடாமல் சிவாவும் ஆடிக்கொண்டே

பாதுகாப்புப் பாலமாக விகல்ப்பம் தோன்றாமல் செயல்பட்டது அருமை. அங்கிருந்து வேனில் எல்லா உறுப்பினர்களும் வாக்கர்ஸ் ஸ்ட்ரீட்டைச் சுற்றிவிட்டு அறைக்கு வந்துவிட்டோம். அன்றும் மஜாஜ் சென்றவர்கள் உண்டு. 15ஆம் தேதி 12 மணிக்கு ஹோட்டல் அறையைக் காலி செய்ய வேண்டும். அதுவரை சிலபேர் ஷாப்பிங்க் சென்றுகொண்டிருந்தார்கள்.

ஒரு மணிக்கு பஃபே மதிய உணவு சாப்பிட்டுவிட்டு வேனில் ஏறி மார்பிள் புத்தா, கோல்டன் புத்தா பார்த்துவிட்டு விமான நிலையம் சென்றோம். அங்கு எனக்கும் சுபாவுக்கும் சக்கர நாற்காலி ஏற்பாடு சரியாக அமையவில்லை. வெகுதூரம் நடந்தோம். மெட்டல் டிக்டேட்டர் பரிசோதனை முடிந்து மறுபக்கம் வந்த டிரேயில் என்னுடைய பாஸ்போர்ட்டைக் காணவில்லை; பதறிப்போய்விட்டோம். லண்டனுக்குச் செல்லக்கூடிய நபர் என்னுடைய பாஸ்போர்ட்டையும் தவறுதலாக எடுத்துச் சென்றுவிட்டார். அவர் இரண்டு பாஸ்போர்ட் வைத்திருப்பவர் என்பதால் குழப்பம் வந்திருக்கிறது. லண்டன் விமானத்தில் ஏறுவதற்கு முன்பு தற்செயலாகப் கவனித்துவிட்டார். உடனே பாஸ்போர்ட்டை கொண்டு தந்துவிட்டு மன்னிப்பும் கேட்டார். அவரளவில் சரிதான். சில நிமிடங்கள் பதறிப்போனதற்கு... நான் ஸ்தம்பித்து நின்றதற்கு... யார் பதில் சொல்ல முடியும்?

பத்து நிமிடங்கள் விமானம் தாமதமாகவே கிளம்பியது. ஆனால் இறங்கும்போது பைலட் தாமதமான நேரத்தை ஈடு செய்துவிட்டார். அதிகாலை பன்னிரண்டு மணிக்கு விமானம் தரை இறங்கியது. பெல்டிலிருந்து பெட்டிகளை எடுத்துவந்து வேனில் ஏற்றிவிட்டுக் கிளம்பும்போது மணி இரண்டு. கொச்சியில் எங்களுக்குச் சக்கர நாற்காலி அருமையாகச் செயல்பட்டது. வெளியில் வரும்போது மதுபாட்டில் ஸ்டேன்டில், சிந்துவின் கைபட்டு ஒரு பாட்டில் உடைந்துவிட்டது. ரூ. 1200 அபராதம் கட்டிவிட்டு வந்திருக்கிறாள்.

ஸ்ரீமதி அங்கேயே விடைபெற்றுக்கொண்டாள். இரவு முரளி வீட்டில் தங்கிவிட்டு, மறுநாள் சென்னை சென்றுவிட்டாள். வழியில் மெரினாவையும் பிரேமா மணியையும் அவரவர் இடத்தில் இறக்கி விட்டுவிட்டு, எங்கள் வீட்டில் வேனை நிறுத்தும்போது காலை மணி எட்டரை.

எல்லோரையும் ஒன்றாக நிறுத்தி, பூசணிக்காயைத் திருஷ்டி சுற்றிப் போட்டார்கள். சிநேகிதிகள் ஒவ்வொருவராக நெகிழ்ச்சியுடன் விடை பெற்றுச்சென்றார்கள்.

4.
ஜம்போ, கென்யா

ஜம்போ, போலே, போலேபோலே போன்ற ஆப்பிரிக்கப் பழங்குடிகள் சுற்றுலாப் பயணிகளை வரவேற்கும் வார்த்தைகள் பயணம் முடிந்து வந்து சில வாரங்கள் ஆன பிறகும் காதில் ஒலித்துக் கொண்டிருந்தன.

என் இரண்டாவது மகள் தைலாவிடமிருந்து மின்னஞ்சல் ஒன்று வந்தது.

"அம்மா, பிறந்த நாள் பரிசாக ராமும் நானும் உன்னை கென்யா அனிமல் சஃபாரிக்கு அழைத்துச் செல்லத் தீர்மானித் திருக்கிறோம். அதற்கான வேலைகளை ஆரம்பித்துவிட்டோம். தம்பி கண்ணனிடம் தெரியப்படுத்து. தடையில்லாமல் லகுவாக, மகிழ்ச்சியாகப் பிரயாணம் செய்வதற்கான ஏற்பாடுகளை ஏஜென்சி மூலம் செய்ய வேண்டும். சிறிது காலம் பிடிக்கும். உனக்கான டிக்கட்டை இந்தியாவில் போடுவதுதான் வசதி என்பதால் தேதி உறுதிப்பட்டதும் கண்ணனிடம் பேசுவேன்" என்று.

அன்று என் பிறந்தநாள்.

அருமையான பிறந்த நாள் பரிசு. நான் அமெரிக்காவில் தங்கி இருந்த காலங்களில் டிஸ்கவரி சேனல், அனிமல் பிளானட் போன்ற அலைவரிசைகளை விரும்பிப் பார்ப்பேன். அதிலிருந்து கிடைத்த எண்ணமாக இருக்கலாம்.

நானும் சு.ரா.வும் முதல்முதலாக அமெரிக்கா சென்ற போதுதான் தைலா, அப்பாவின் அறுபதாவது வயது பிறந்த நாளை சர்ப்ரைஸாகக் கொண்டாடினாள்.

இங்கு நாங்கள், குழந்தைகள் பிறந்த நாளுக்குக்கூட, கேக் வெட்டிக் கொண்டாடும் பழக்கம் அப்போது கிடையாது. கோவிலுக்குச்சென்று அவர்கள் நட்சத்திரத்துக்கு அர்ச்சனைக்குக் கொடுப்பது, வீட்டில் பாயசம், வடை செய்து சாப்பிடுவது என்பதுதான் பழக்கத்தில் இருந்தது. சு.ரா.வின் பிறந்த நாளன்று அரிகர மாமா பூஜை செய்யும் நதிக் கிருஷ்ணன் கோவிலுக்கு அர்ச்சனைக்கும் பாயாசத்துக்கும் கொடுத்தனுப்புவேன். வீட்டிலிருந்தே அரிசி, பருப்பு, வெல்லம், நெய் எல்லாம் எடுத்துப் போவார். டம்ளர் சகிதம் வரும் கிராமத்துக் குழந்தைகளுக்குப் பாயசம் கொடுத்துவிட்டுப் பிரசாதமாக வீட்டிற்கும் சிறிது கொண்டு வருவார். குழந்தைகள் மகிழ்ச்சிகரமாகக் கோவிலிலும் சாப்பிட்டுவிட்டு வீட்டிற்கும் எடுத்துப்போகிறார்கள் என்று அரிகர மாமா சொல்லும்போது எனக்கு மிகவும் சந்தோஷமாக இருக்கும். சு.ரா. ஊரிலிருந்தாலும் இல்லாவிட்டாலும் இந்தக் காரியம் நடக்கும். சு.ரா.வுக்குப் பிறந்த நாள் கொண்டாடுவதில் கொஞ்சமும் சிரத்தை கிடையாது. இன்று உங்களுக்குப் பிறந்த நாள் என்றால் 'அப்படியா' என்று கேட்டுக்கொள்வார்.

ஒரு தடவை தைலா போனில் அப்பாவுக்குப் பிறந்த நாள் வாழ்த்துகள் சொல்லிவிட்டு, பிறந்த நாளுக்கென்று பிரத்தியேகம் என்ன செய்தீர்கள் அப்பா? என்று கேட்டாள். புது பிளேடு எடுத்துச் சவரம் செய்துகொண்டேன் என்றார். (தாடி, மீசையை ஸ்திரமாக வைத்துக்கொள்ள ஆரம்பிக்காத காலம் அது.) தைலா அதை இன்றும் சொல்லிச் சிரிப்பாள். அமெரிக்காவிலிருந்தால், என் இளைய மகள் தங்குவும் தைலாவும் யார் வீட்டில் இருக்கிறோமோ அங்கு எங்கள் இருவர் பிறந்த நாளையும் கொண்டாடி மகிழ்வார்கள்.

ராமும் தங்குவும் குழந்தைகள் மனு, நீனியுடன் (நீரத்) சுற்றுலாவில் கலந்துகொள்கிறார்கள் என்கிற செய்தியும், கிடைத்தது தங்குதான் பிரயாணத்திற்கான ஏற்பாடுகளை ஏஜென்ஸி மூலம் கவனித்துக்கொண்டிருக்கிறாள் என்பதும் தெரிந்தது. சஃபாரியுடன் இரண்டு மகள்களின் குடும்பத்துடன் பத்து நாள்கள் கழிக்கப்போகிறேன் என்பதும் மகிழ்ச்சியாக இருந்தது.

ஆப்பிரிக்க நாடுகளுக்குச் செல்லக் கூடியவர்கள் மஞ்சள் காய்ச்சலுக்கான (Yellow Fever) தடுப்பூசி போட்டுக்கொள்ள வேண்டும். அதுவும் கொச்சியிலோ, சென்னையிலோ அரசாங்க ஆஸ்பத்திரியில்தான் போட்டுக்கொள்ள வேண்டும். என் பேரன் நந்து அந்தச் சமயந்தான் கோயம்புத்தூரிலிருந்து மாற்றலாகி சென்னை வந்திருந்தான். அவன் மனைவி

தேனுகாவுக்கு படூர் ஹிண்டுஸ்தான் பல்கலைக்கழகத்தில் வேலை. கேளம்பாக்கத்துக்குக் குடி வந்தார்கள். அய்யனார்தான் வீடு அமர்த்திக் கொடுத்தார். அய்யனாரும் முத்துப் பிள்ளையும் மிகவும் அனுசரணையாக அவர்களுக்கு உதவி செய்தார்கள். நந்துவின் குழந்தை அபராஜிதாவுடன் (அம்புலி) சில நாட்கள் இருக்கலாம் என்கிற எண்ணத்தில் கொச்சிக்குப் பதில் சென்னை செல்வதென்று முடிவு எடுத்தேன். அந்தத் தடுப்பூசிக்குத் தட்டுப்பாடிருந்தது; அய்யனாரின் முழு முயற்சியில்தான் கிடைத்தது. நந்துவுடன் சென்று கிங்ஸ் இன்ஸ்டிடியூட்டில் ஊசி போட்டுக்கொண்டேன். அம்புலியுடன் இரண்டு வாரங்களை அருமையாகக் கழித்துவிட்டு ஊருக்கு வந்தேன்.

தடுப்பூசி ரசீதுடன் விசாவுக்கு அப்ளை செய்த பின்தான் நைரோபி செல்வதற்கான விசா கிடைத்தது. தைலா, தங்கு எல்லோரும் வெவ்வேறு நேரங்களில் நைரோபி வந்தார்கள். நான் திருவனந்தபுரத்திலிருந்து தோஹா போய், அங்கிருந்து விமானம் மாறி கென்யா தலைநகர் நைரோபி சென்றேன். ராம், தைலா முன்னாலேயே வந்துவிட்டதால், விமான நிலையத்துக்கே வந்து, நைரோபியில் எக்கா என்கிற ஓட்டலுக்கு என்னை அழைத்துச் சென்றார்கள். தங்கு குடும்பத்துடன் நான் போன அன்று இரவுதான் வந்தாள்.

விமான நிலையத்துக்குப் போகும்போதும் சரி, வரும்போதும் சரி நால்வழிச் சாலையில் நிதானமாக வண்டிகளை முந்திச் செல்லும் பரபரப்பின்றி அவரவர் வேலைகளைப் பார்த்துப் போய்க் கொண்டிருந்தார்கள். ஓரிடத்தில்கூட ஹாரன் ஒலிக்கும் சப்தம் கேட்கவில்லை. சிவப்பு விளக்கு நிறுத்தங்களில் கார்கள் நிற்கும்போது சிறு வியாபாரிகள் சுற்றிச்சுற்றி வந்து கூவி அவர்கள் பொருட்களை விற்பனை செய்கிறார்கள். வேண்டுமானால் வாங்கிக்கொள்கிறார்கள்; யாருடைய முகத்திலும் பரபரப்பு, எரிச்சல் இல்லை. சாலையின் இருபுறமும் ஓங்கி வளர்ந்திருந்த மரங்களில் நாரை, கூழைக்கடா, கழுகு போன்ற பறவைகள் எவ்விதப் பயமுமின்றி கூடு கட்டி வாழ்கின்றன.

ஆப்பிரிக்கக் கண்டத்தில் அறுபதுக்கு மேல் தேசங்கள் இருந்தாலும், நெல்சன் மண்டேலாவால் தென்ஆப்பிரிக்கா முன்னேறி இருப்பதுபோல் கென்யாவும் பாதுகாப்பான தேசமாகப் பெயர் எடுத்திருக்கிறது. அதிபர் கென்யாட் பற்றி குடிமக்களுக்கு நல்ல அபிப்பிராயம் என்று சொல்கிறார்கள். தான்சானியாவின் எல்லையிலிருப்பதால், விரிந்த நிலப்பரப்பில் ஆயிரக்கணக்கான மிருகங்கள் மேய்வதற்கான பச்சைப் புல்வெளி விசாலமாகக் கிடக்கிறது. சுற்றுலாப் பயணிகளைக் கவருவதற்கான சகல ஏற்பாடுகளும் செய்துவைத்திருக்கிறார்கள்.

மறுநாள் நாங்கள் தங்கியிருந்த ஓட்டலில் காலை உணவு உண்டுகொண்டிருக்கும்பொழுது எங்களை வேனில் அழைத்துச் செல்லும் வழிகாட்டி வந்து தன்னை அறிமுகப்படுத்திக் கொண்டார். ஆப்பிரிக்க பழங்குடி இனத்தைச் சேர்ந்தவர். லெடாமா என்று பெயர்; ஸம்புரு என்ற கிராமத்தில் பிறந்தவர். பதின் பருவத்தில் நண்பர்களுடன் ஸம்புரு காட்டில் பயிற்சியில் ஈடுபட்டிருந்தபோது நான்கு நண்பர்களுடன் சேர்ந்து கூர்மையான கத்தியால் ஆண் சிங்கத்தைக் கொன்றிருக்கிறார். சிறு உருவமாக, சாதுவான தோற்றத்துடன் இருந்தார். வேனில் பேசிக்கொண்டு போகும்போதுதான் தெரிந்தது நிறைய விஷயங்கள் தெரிந்தவர் என்பது. அப்பா ஆடு, மாடு மேய்ப்பவர். மிகவும் ஏழைக் குடும்பம். ஆடு மாடுகள்தான் அவர்களின் சொத்து. வறண்ட பிரதேசம் என்பதால் புல்வெளி தேடி இடம் மாறிக்கொண்டே இருப்பவர்கள். அதற்குத் தோதாகக் குடிசைகளைக் கழற்றி மடித்துக்கொண்டு போகும்படிதான் கட்டிக்கொள்கிறார்கள். ஒருவனுக்கு ஒருத்தி என்கிற கட்டுப்பாடே அந்த இன மக்களுக்குக் கிடையாது போலிருக்கிறது. மூன்று மனைவிகள் ஐந்து மனைவிகள் என்பதெல்லாம் சர்வ சாதாரணம். லெடாமாவின் பாட்டிக்குப் பத்தொன்பது பேரன் பேத்திகள்.

லெடாமா பள்ளிப் படிப்பு முடித்துவிட்டு டூரிஸம் படித்திருக்கிறார். அமெரிக்கா போன்ற வெளிநாடுகளுக்குப் போய் வந்த அனுபவம் இருக்கிறது. அவர் இனத்தில், படித்த பெண்கள் இல்லாததால் புரட்சிகரமாக எத்தோப்பியப் பெண்ணை மணந்து கொண்டிருக்கிறார். மிருகங்கள் பற்றியும் பறவைகள் பற்றியும் முழுமையாகத் தெரிந்து வைத்திருக்கிறார். எந்தக் கேள்விக்கும் தெளிவாக உறுதியான பதிலைச் சொல்ல முடிகிறது. எதிர்பார்க்காமல் வரும் அவருடைய பதில்கள் எங்களை ஆச்சரியம் கொள்ள வைத்தது. கரடுமுரடான அந்தக் காட்டுப் பாதையில், எங்களுக்குப் பயம் ஏற்படாதவாறு அவர் வேன் ஓட்டிச் செல்லும் லாவகம், ஆற்றின் குறுக்கே ஆழத்தில் வேகமாக ஓடும் தண்ணீரைக் கிழித்துக்கொண்டு எதிர்பக்கம் ஓட்டிச் செல்வது, பத்தடி ஆழமுள்ள கிடுகிடு சரிவில் வேனை இறக்கி, மறுபுறம் ஏற்றுவது போன்ற சாகஸங்களை அநாயாசமாகச் செய்தார்.

நக்குரு ஏரிக்குச் செல்லும் பாதையில் ஆப்பிரிக்காவின் பிரசித்த பெற்ற ரிஃப்ட் பள்ளத்தாக்கு ஆரம்பிக்கிறது. வறண்ட பிரதேசம். பிரம்மாண்டம். நம் மூதாதையர்கள் உருவான இடம். உலகம் முழுவதும் நிறைந்திருக்கும் மனித இனம் தோன்றிய ஆரம்ப இடம். குரங்கிலிருந்து பிரிந்து உருவான இனந்தான்

மனிதன் என்பது ஆராய்ச்சியின் வெளிப்பாடு. இது நமக்கு தெரிந்த விஷயந்தானே! மிகவும் ஆழத்தில் ஆரம்பிக்கும் அந்தப் பள்ளத்தாக்கு ஆயிரக்கணக்கான மைல்கள் விரிகிறது. பல இடங்களில் மேடிட்டு கிராமங்கள் உருவாகி இருக்கின்றன.

சாலையில் போகும்போது பார்க்கும் ஊர்களெல்லாம் வள்ளியூர், ஏர்வாடி, நாங்குநேரி போன்ற நம் தமிழ்நாட்டு ஊர்களை ஞாபகப்படுத்துகின்றன. காலை வேளையில் திறந்தவெளி மார்க்கெட்டையும் பார்க்க முடிந்தது. கிராமங் களிலிருந்து வேலைக்குச் செல்பவர்கள் விறுவிறுவென்று நடந்துதான் செல்கிறார்கள். பதினைந்து இருபது கி.மீ. நடப்ப தெல்லாம் சர்வ சாதாரணமாம். பத்து, இருபது நிமிடங்களில் குறிப்பிட்ட இடத்துக்குப் போய்விடலாம் என்று அவர்கள் சொன்னால் தூரங்கள் அவர்களுக்கு வசப்பட்டுவிட்டதுபோல், நமக்கு இருப்பதற்கான சாத்தியமில்லை. ஆட்டோ, சைக்கிள் போன்ற வாகனங்களைப் பார்க்க முடிவதில்லை. நகரங்களின் நிலை வேறாக இருக்கலாம்.

நக்குரு ஏரியை அடைந்ததும் கரையை ஒட்டிய தண்ணீரில் பவளநிறக் கால்களுடனும், மூக்குடனும் நிற்கும் ஏராளமான ஃபிளமிங்கோ பறவைகளையும், மஞ்சள் மூக்கு நாரைகளையும் பார்த்துப் பார்த்து மகிழ்ந்தோம். நைரோபியிலிருந்து கிளம்பிய சுமார் மூன்று மணிநேரத்தில் காட்டின் விளிம்பில் இருக்கும் நக்குரு கிராமத்துக்குச் சென்றுவிட்டோம். போகும் வழியிலெல்லாம் ஆங்காங்கே ஒட்டகங்கள், ஒட்டகச்சிவிங்கிகள், காட்டுப் பன்றிகள், நரி, ஓநாய், மயில், கழுகு வகைகளைப் பார்க்க முடிந்தது. காட்டின் ஒரு பகுதியில் ஓட்டலும், பயணிகள் தங்குவதற்கான குடில்களும் இருக்கின்றன. வேன் அருகிலேயே வந்து எங்களை வரவேற்பறைக்கு அழைத்துச் சென்று, குளிர்ந்த பழரசம் தந்து எங்களை அவரவறையில் கொண்டுவிட்டார்கள். சிறிது நேரத்தில் சாப்பாட்டறைக்கு வந்து, விருப்பப்பட்ட உணவைச் சாப்பிடும் முறை (பஃபே) என்பதால் பிடித்தமானவற்றைத் தேர்ந்தெடுத்து அருந்தினோம். சிறிது நேரம் ஓய்வெடுத்துக் கொண்டோம். சரியாக நான்கு மணிக்கு லெடாமா வேனுடன் வந்துவிட்டார். எல்லோரும் டீ, பிஸ்கட் அருந்திவிட்டு குஷியாக மிருகங்களைப் பார்க்கக் கிளம்பிவிட்டோம்.

காட்டுக்குள் சென்ற சிறிது நேரத்திலேயே சுமார் நூறடி தூரத்தில் ஐந்தாறு பிரம்மாண்ட வெள்ளைக் காண்டாமிருகங்கள் பச்சைப் புல்வெளியில் மேய்ந்து கொண்டிருந்ததைப் பார்த்ததும் பல ஆரவார சப்தங்களைக் எழுப்பிக்கொண்டு, வேனின் கூரை திறந்த நிலையில் இருந்ததால், இருக்கையில் ஏறி

நின்று பார்த்து ரசித்தோம். மனுவும் நீனியும் மகிழ்ச்சியில் கத்தித் தீர்த்துவிட்டாகள். சிறிது தூரத்தில் இன்னும் இரண்டு பிரம்மாண்ட காண்டாமிருகங்கள் குட்டியுடன் மேய்ந்து கொண்டிருந்தன. குட்டி ஒன்று வயிற்றிலும் இருந்ததால் மற்ற மிருகங்களைப் போல் ஆண், பெண் தோற்றத்தில் இரண்டிற்கும் அதிக வித்தியாசமில்லை. கர்ப்பகாலம் கூடுதலாக இருப்பதால் எப்பவுமே வயிறு பெரிதாக, தோற்றத்தில் பெண்ணும் ஆணுக்குச் சமமாக இருக்குமாம். குட்டியை ஈனுவதற்கு காண்டா மிருகத்துக்கு இரண்டு வருடங்கள் ஆகும்.

தங்குவுக்கு மிகவும் கூர்மையான பார்வை. வேன் போய்க் கொண்டிருக்கும்போதே தூரத்தில் மரத்தில் அமர்ந்திருக்கும் பறவையையோ, மேய்ந்து கொண்டிருக்கும் மிருகங்களையோ கண்டுபிடித்துச் சொல்லிவிடுவாள். லெடாமா வேனை நிறுத்துவார்; எங்கே, எங்கே என்று கேட்டு எல்லோரும் பார்ப்போம். தைலா, தங்கு, ராம்கள் எல்லாருமே மிருகங்களோ பறவைகளோ இருக்கும் திசையைத் தெரிந்துகொள்ள கடிகார முறையைப் பயன்படுத்துகிறார்கள். பன்னிரண்டு மணி பொஸிஷன் இரண்டு மணி, பத்தரை மணி என்று கடிகார முள்ளைச் சுட்டி திசையைக் குறிப்பிடும்போது, அது புதுமையானதாவும் சுலபமாகவும் இருந்தது. முதலில் தூரத்தில் தெரியும் பறவையையோ மிருகத்தையோ கண்களால் பார்த்த பிறகு பைனாக்குலரில் பார்க்கும்போது காட்டெருமையின் முதுகில் அமர்ந்து பூச்சிகளைக் கொத்திக்கொண்டிருக்கும் பறவைகளையோ வாலால் விரட்டி அடிக்கும் ஈக்களையோ பார்க்க முடிந்தது. காண்டாமிருகம், காட்டெருமை போன்ற மிருகங்களுக்கும் குட்டிக் குட்டி பறவைகளுக்கும் உள்ள இணக்கம் சொல்லி முடியாது. ஒன்றுக்கொன்று உதவிக்கொள்வதால் உள்ள உறவு. படுத்து இளைப்பாறும் காட்டெருமையின் பெரிய முகத்தருகில் சின்னஞ்சிறு பறவைகள் பயமில்லாமல் அமர்ந்து மூக்கு, காதுக்கிடையில் இருக்கும் பூச்சிகளைக் கொத்தி தின்பதும், எருமை சுகமாகக் காட்டிக் கொண்டிருப்பதும் ரஸமான விஷயந்தான்.

தங்கு சுற்றுச்சூழல் சம்பந்தமான படிப்பில் பறவைகள் பற்றிய பிரிவில் எம்.ஏ. படித்திருக்கிறாள். தைலா சென்னை மருத்துவக் கல்லூரியில் படிக்கும்போதே தியோடர் பாஸ்கரனுடன் காடுகளுக்குச் சென்று பறவைகளைக் கூர்ந்து கவனிக்க ஆரம்பித்து, (Bird watching) அது சம்பந்தமாக நிறையப் புத்தகங்களும் படித்ததால் அவளுக்கும் பறவைகள் பற்றி ஏகப்பட்ட விஷயங்கள் தெரியும். அவர்களுடன் பேசுவது மூலம் இரண்டு ராம்களுக்கும் (அவர்களின் கணவர்களுக்கும்) பறவைகள்

பேரில் ஈடுபாடு வந்துவிட்டது. எல்லோரும் ஆசையுடன் பறவையின் பெயர், நிறம், அதன் பழக்கவழக்கங்கள் எல்லாம் பேசி மகிழ்வோம். பறவைகளின் விசித்திர சுபாவங்களைச் சொல்லிச் சிரிப்போம். ரோலர் என்கிற பறவை தன் ஜோடியைக் கவருவதற்காக அதைச் சுற்றி சுற்றிப் பறந்து கிறுக்குத் தனமாகச் சுற்றி, தரையில் விழுந்து அடிபட்டு இறந்துவிடுவதும் உண்டாம். ஏகப்பட்ட நிறங்களுடன் அந்த ஆண் பறவை பார்க்க மிக அழகாக இருக்கிறது. பெண் அழகில் சுமார்தான். ஆனாலும் காதலியைக் கவருவது லேசான விஷயமாக இல்லை போலிருக்கிறது. ரோலர் பொருத்தமான காரணப் பெயர்தான்.

அரை பர்லாங்க் தூரத்தில் எங்களுக்குப் பெரிய ஆச்சரியம் காத்திருந்தது. வேன் போகும் சாலையின் அருகில் காய்ந்த புல்வெளியில் ஐந்து சிங்கங்கள் படுத்து ஓய்வில் இருந்தன. வேன் கதவைத் திறந்தால் சிங்கத்தின் மேல்தான் கால் வைக்க வேண்டும். அவ்வளவு அருகில்; நம் ஊரில் ஆடு, மாடுகள் ஓய்வெடுப்பது போல். வேன் அவைகளின் அருகில் வந்து நின்ற பிறகும் தலை தூக்கிப் பார்க்கவில்லை. தாய் சிங்கம் பெரிதாக இருந்தது. இரண்டு பெரிய குட்டிகள். அடுத்த பிரசவத்தில் பிறந்த இரண்டு சிறிய குட்டிகள் தாயிடம் பால் குடித்துக் கொண்டிருந்தன. வயிறு நிறையச் சாப்பிட்டுவிட்டு அங்கும் இங்கும் புரண்டு கொண்டும் கண்களை மூடிக்கொண்டும் எங்களைச் சட்டை செய்யாமல் படுத்திருந்தன. இரை எடுத்துவிட்டால் பசி எடுக்கும் போதுதான் அவைகளுக்கு மீண்டும் சுறுசுறுப்பு வருமாம். ஓய்வு சமயம் அருகில் மானோ, வைல்ட் பீஸ்ட் (Wilde beast-ஒருவகை மான்), அவை ஆகாரமாகச் சாப்பிடக்கூடிய எந்த மிருகம் போனாலும் பொருட்படுத்தாதாம். அந்த மிருகங்களுக்கும் தெரியும் சிங்கங்கள் இப்பொழுது நம்மை தீண்டாதென்பது. என்ன மதமதப்பு, ஆரோக்கியம். இயற்கைச் சூழலில் வாழும் அந்த மிருகங்களுக்கும் பறவைகளுக்கும் வனப்பு அதிகந்தான். ஏதானாலும் சப்தம் போடாமல் அமைதியாக இருக்கும்படி லெடாமா எச்சரித்திருந்தார். திடீரென்று எழுந்து வந்து தாக்காது என்பது நிச்சயமில்லை. வேன் ஸ்டியரிங்கிலேயே கத்தியைச் சொருகி வைத்திருந்தார். காலடியிலும் சில ஆயுதங்கள். வேன் ஓட்டுபவர்கள் எல்லோருமே வழிகாட்டி, பாதுகாவலர் என்கிற மூன்று வேலைகளையும் பார்ப்பவர்கள்தான்.

இம்பாலா மான்கள், வரிக்குதிரைகள், பபூன் குரங்குகள், காட்டெருமைகள், வில்ட் பீஸ்ட்கள் எல்லாம் ஐநூறு ஆயிரம் என்று சாரிசாரியாக மேய்ந்து கொண்டிருக்கும் அழகைப் பார்த்து ரசித்துவிட்டு அறைக்கு வரும்போது, மணி ஏழு.

மறுநாள் குளியல், காலை டிபனை முடித்துக்கொண்டு, பத்து மணிக்குக் கிளம்பி அபெர்டேர் என்கிற கிராமத்திற்குச் சென்றோம். அங்கு அவர்கள் ஏற்பாடு செய்திருந்த ஹோட்டலில் எங்கள் பெட்டிகளை விட்டுவிட்டு ஒரு இரவு தங்குவதற்கான உடைகளை மட்டும் எடுத்துக்கொண்டு, உணவு உண்டு அவர்கள் ஏற்பாடு செய்த பஸ்ஸில் ஆர்க் லாட்ஜ் சென்றோம். இரண்டு மணி நேரம் மலை ஏறிச் செல்ல வேண்டும், ரெயின் ஃபாரஸ்ட். சாலையின் இருபுறமும் அடர்த்தியான பசுமையான காடுகள். உச்சியில் படகுபோல் லாட்ஜை வடிவமைத்திருந்தார்கள். ஒரு படுக்கை, இரு படுக்கைகள் கொண்ட அறைகள், பால்கனி சகிதம் கச்சிதமாக இருந்தன. படுக்கை அறை ஜன்னலுக்கு மிக அருகில் தண்ணீர் குட்டை இருந்தது. “எந்த நிமிடமும் காட்டு மிருகங்கள் தண்ணீர் குடிக்க வரலாம். கண்காணித்துக் கொண்டிருப்போம். ஒரு மணி அடித்தால் யானைக் கூட்டம் தண்ணீர் குடிக்க வந்திருக்கிறது என்று நினைத்துக்கொள்ளுங்கள் இரண்டு மணி காண்டாமிருகத்துக்கு, மூன்று மணி சிறுத்தைக்கு. எழுந்து உங்கள் அறை ஜன்னல் வழி பார்க்கலாம். பால்கனியில் சென்றும் பார்க்கலாம்” என்றார்கள். படுப்பதற்கு முன்னாலேயே யானைக் கூட்டத்தைப் பால்கனியிலிருந்து பார்க்கும் சந்தர்ப்பம் அமைந்துவிட்டது.

அந்த யானைகள் வெள்ளை கலந்த சாம்பல் நிறத்திலிருந்தன. குட்டிகளெல்லாம் குட்டையில் குளித்துக் கும்மாளம் போட்டன. ஆண், பெண் யானைகள் இரண்டிற்குமே பெரிய, நீளத் தந்தப் பற்கள், நம் நாட்டு யானைகளைவிடப் பெரிய காதுகள். பெரிய உருவம். குட்டைக்கு வெளியிலுள்ள மண்ணில் கனிம உப்புகள் இருக்கிறதாம். அந்த இடம் பார்த்துத்தான் குட்டையை அமைத்திருக்கிறார்கள். அந்த மண்ணைத் தும்பிக்கையால் சுருட்டி எடுத்து வாயிலிட்டுச் சாப்பிட்டன. இறுகி இருக்கும் மண்ணை, முன் காலை மடக்கிக்கொண்டு, குனிந்து தந்தத்தின் நுனியால் குத்திக் கிளறி, தும்பிக்கையால் எடுத்துச் சாப்பிடுவது வேடிக்கைதான். மணிக்கணக்காய் மண் கலந்த உப்பைச் சாப்பிட்டுவிட்டுக் குட்டையில் துதிக்கையால் தண்ணீரைப் பீச்சி அடித்துக் குளித்துவிட்டுச் சகதிகளை வாரி, தலை, மேலெல்லாம் போட்டுக்கொண்டு காட்டுக்குள் போய்விட்டன. காட்டெருமைகள், காட்டுப்பன்றிக் கூட்டம், வாட்டர் பக், மங்கூஸ், மரநாய் எல்லாம் பார்க்க முடிந்தது. பாதி ராத்திரி மணி சப்தம் கேட்டு எழுந்து, காண்டாமிருகமோ சிறுத்தையோ தண்ணீர் குடிப்பதைப் பார்க்கும் சந்தப்பம் கிடைக்கவில்லை. ஓட்டல் அருகில் நடக்கும் பாதையில் பெரிய பலகையை ஊஞ்சல் போல் கட்டித் தொங்கவிட்டிருக்கிறார்கள்.

காலையில் பலகைகளில் தானியங்களை வைக்கிறார்கள். பெயிண்ட் அடித்தது போலுள்ள பல வர்ணக் குட்டிப் பறவைகள் காதைத் துளைக்கும் அளவுக்கு ஒலிகளை எழுப்பிக்கொண்டு தானியங்களைக் கொத்தித் தின்னும் காட்சியை அலுக்காமல் பார்த்துக்கொண்டிருக்கலாம். மிக அருகில் நாம் நின்றாலும் பயந்து பறப்பதில்லை. பயணிகளைப் பார்த்து பழகிவிட்டதென்று நினைக்கிறேன்.

குளித்து டிபனை முடித்துக்கொண்டு பஸ்ஸில் கீழிறங்கினோம். வழி நெடுகிலும் ஏராளமான பறவைகள், மிருகங்கள் பார்க்கக் கிடைத்தன.

அபர்டேர் ஹோட்டலில் மதிய உணவைப் பரந்த வெளியிலமர்ந்து சுற்றுச் சூழலையும் ஏராளமான பபூன் குரங்குகளையும் நரிகள் ஓடுவதையும் ஒட்டகச்சிவிங்குகள் நீண்ட கழுத்தை ஒன்றுடன் ஒன்று பின்னிக்கொண்டு கொஞ்சிக் கொள்வதையும் மயில்கள் தோகை விரித்தாடுவதையும் பார்த்துக்கொண்டே சாப்பிட்டோம். இம்பாலா மான்களை எல்லாக் காடுகளிலும் தாராளமாகப் பார்க்க முடிந்தது. ஆன்டலோப் என்று சொல்லப்படும் மான்களில் பல வகைகள் இருக்கின்றன. சில காடுகளில் தோபி, க்ரேட் காசில் என்கிற மான்கள், இலண்ட், ரெட்பக், புஷ் பக், வாட்டர் பக் என்று பல வகைகள். நம் நாட்டுப் புள்ளி மான் வகைகள் அங்கில்லை. புள்ளி மான்கள் இவை எல்லாவற்றையும்விட அழகு என்றே தோன்றுகிறது. அடுத்ததாக இம்பாலா மான்களைச் சொல்லலாம். இன்னொரு முக்கிய விஷயம் இந்த மிருகங்களின் நிறம், அமைப்பு எல்லாவற்றிலும் இடத்துக்கிடம் வித்தியாசமிருக்கிறது.

வரிக்குதிரைகளின் கோடுகள் நக்குருவில் அகலப் பட்டைகளாகவும் சம்புருவில் அகலம் குறைந்த கோடுகளாகவும் இருந்தன. நிறங்களிலும் அழுத்தமான, வெளிர் தன்மையிலான வித்தியாசம் இருந்தது. வரிக்குதிரையில், கருப்புக் குதிரையில் வெள்ளைக் கோடுகளா? வெள்ளைக் குதிரையில் கருப்புக் கோடுகளா? என்கிற புதிரும் இருக்கிறது. யானை, காண்டாமிருகம், மான் எல்லாமே நிறம், இடத்துக்கு இடம் வித்தியாசந்தான்.

அங்கிருந்து புவி மையக்கோட்டைத் தாண்டி சம்புரு கிராமத்துக்குச் சென்றோம். சம்புருவில் இரண்டு நாட்கள் தங்கிப் பார்த்த மிருகங்கள் ஏராளம். கிளம்பும்போதே இன்று சிறுத்தை பார்க்கப் போகிறோம் என்பதைச் சொல்லி குஷிப்படுத்தினார் லெடாமா. புதரருகில் சிறுத்தையொன்று ஒளிந்தும் நடுவில் வெளிப்படுவதுமாக அலைந்து கொண்டிருக்கிறது என்கிற செய்தி வேன் ரேடியோ மூலம் பரவி, எல்லா வேன்களும் ஒன்றாகக்

கூடிவிட்டன. வேனைப் புதரைச் சுற்றி ஓட்டியும் புல்வெளியின் குறுக்கே போயும் பல கோணங்களில் சிறுத்தையைப் பதற்றத்துடனேயே பார்த்து மகிழ்ந்தோம். சட்டப்படி பாதை தவிர புல்வெளியின் குறுக்கே வேன் போகக் கூடாது. இந்த மாதிரி சந்தர்ப்பத்தில் அவர்களுக்கு மீற வேண்டி வருமாம். காட்டிலாகா அதிகாரிகள் திடீரென்று ரோந்து வருவார்கள். அபராதம் கொடுத்த சந்தர்ப்பங்களும் உண்டு.

பதினைந்து நிமிடங்களுக்குள் பெரிய காதுகளையுடைய பிரம்மாண்ட தோற்றமுடைய காட்டானைகள் அசைந்து அசைந்து உடை மரங்களின் இலைகளை முள் குத்தாமல் லாவகமாகத் தின்றுகொண்டே வருவதைப் பயம் கலந்த பிரம்மிப்புடன் பார்த்துக்கொண்டிருந்தோம். ஐம்பது யானைகள்வரை இருக்கும். நல்ல கருப்பு நிறம். பிறந்து ஒரு வாரமான, தும்பிக்கைகூடச் சரியாக வளராத குட்டி முதல் இரண்டு மாதம் ஆறு மாதம் பத்து மாதக் குட்டிகள்வரை பெரிய யானைகளுக்கு இடையில் புகுந்து ஓடிக்கொண்டிருந்தன. எங்கள் வேனுக்கருகில், அதன் முன்னும் பின்னுமாக ரோட்டைக் கடந்து அவை மறுபுறம் போவதற்கு அரை மணிநேரத்துக்கு மேலாகிவிட்டது. குட்டிகளைப் பார்த்ததும் மனுவும் நீனியும் குதிகுதியென்று குதித்துச் சந்தோஷத்தை வாரி இறைத்தார்கள்.

சிறிது தூரம் போனதும், தொலைவில் கருப்பு நிற காண்டாமிருகம் ஒன்றைப் பார்த்தோம். பைனாக்குலர் மூலந்தான் தெளிவாகப் பார்க்க முடிந்தது. கருப்பு காண்டா மிருகம் அபூர்வமாகத்தான் பார்க்கக் கிடைக்குமாம். மாலை நாலு மணிக்குக் கிளம்பிப் போய் முதலில் பார்த்தது, புதருக்குள் பிறந்த நான்கு குட்டிகளுடன் மறைந்திருக்கும் சிங்கராணியை. வேனிலிருக்கும் ரேடியோ மூலம், எல்லா வேன்காரர்களுக்கும் தகவல் போனதும் பத்து நிமிடங்களில் எல்லா வேன்களும் புதருகில் கூடிவிட்டன. குட்டிகள் அம்மாவிடம் பால் குடிப்பதையும், ஒன்றுக்கொன்று கட்டிப் பிடித்து உருண்டு, புரண்டு சண்டை போடுவதையும், தாய், வேன்களைப் பார்த்து உறுமிக்கொண்டே தன் குட்டிகளைச் சர்வ ஜாக்கிரதையாகச் சுற்றிச் சுற்றி வந்து பாதுகாப்பதைப் பார்ப்பதற்கும் போட்டோக்கள் எடுப்பதற்கும் அனுசரனையாக, சப்தம் போடாமல் இருக்கும்படி எச்சரித்துக்கொண்டே, வேன்களைப் பல கோணங்களில் திருப்பி, ஒருவருக்கொருவர் ஒற்றுமையாக இடங்கொடுத்துக்கொண்டு எங்களைச் சந்தோஷப்படுத்திய பாங்கு அருமை. சிறுத்தை, புள்ளிப் புலி போன்றவை மிகவும் வெட்கம் கொள்ளும் பிராணிகள் என்பதால் அதிகம் வெளியில் வராதாம். இரண்டும் அபூர்வமாகத்தான் பார்க்கக் கிடைத்தன.

புள்ளிப்புலியின் வாளிப்பும் கம்பீரமும் போஸ் கொடுத்துக் கொண்டே அது நான்கு பக்கமும் பார்க்கும் மிடுக்கும், ஒன்று பார்த்ததே நிறைவை ஏற்படுத்திவிட்டது. ஆப்பிரிக்கக் காடுகளில் கரடி, புலி கிடையாது. மிகப்பெரிய நெருப்புக்கோழி, செக்ரட்டரி பறவை, மரிபௌ ட்டொர்டொ போன்ற பறவைகள் ஜோடியாக அழகு நடனம் ஆடுவதையும், ஊடல் செய்வதையும் மகிழ்ச்சி பொங்கப் பார்த்துவிட்டு அறைக்குச்சென்றோம்.

இரண்டாவது நாள் பார்த்த அபூர்வ காட்சி; இருபத்தைந்து ஒட்டகச்சிவிங்கிகள்வரை உடை மரங்களின் இலைகளை மேய்ந்து கொண்டிருந்ததுதான். சேர்ந்தாற்போல் இவ்வளவு ஒட்டகச்சிவிங்கிகளை ஒரே இடத்தில், ஆப்பிரிக்கக் காடுகள் தவிர வேறு எங்கும் பார்க்க முடியும் என்று தோன்றவில்லை. மற்ற மிருகங்களைப்போல் கூட்டமாகச் சேர்ந்து நிற்காமல் ஜோடி, ஜோடியாகச் சிறிது இடைவெளிவிட்டு நின்று கொண்டு, உடைமர இலைகளைச் சாப்பிட்டுக் கொண்டும் ஒன்றுக்கொன்று செல்ல முட்டு முட்டிக்கொண்டும் கொஞ்சிக்கொண்டுமிருந்தன. இவை நடந்து செல்வதும் வித்தியாசமானதுதான். ஒரு பக்கத்து முன் கால் பின் கால்களை ஒரே சமயத்தில் எடுத்து வைத்து, பின் அடுத்தப் பக்கத்து முன், பின் கால்களை அதேபோல் எடுத்து வைக்கின்றன.

நாலைந்து கழுதைப்புலிகளும் கொடூரத் தோற்றமும் வளைந்த மூக்குகளும் கொண்ட பலரகத்து கழுகுகளும் கூட்டமாகச் சேர்ந்து சிங்கம், புலிகள் விட்டுச்சென்ற எலும்புகளுக்கிடையிலிருக்கும் மிச்ச மாமிசத்தைத் தின்று கொண்டிருப்பதையும் பார்க்க முடிந்தது. ஆயிரக்கணக்கான வரிக்குதிரைகள், இம்பாலா மான்கள், காட்டெருமைகள், வைல்ட் பீஸ்ட்களெல்லாம் மேய்ந்து கொண்டிருப்பதைப் பார்க்காமல் நூறடி தாண்ட முடியாது.

மறுநாள் விமானத்தில் மாசை மாரா செல்ல வேண்டும். லெடாமா குட்டி விமானம் நிற்கும் இடத்துக்கு அழைத்துச் சென்றார். அவர் விடை பெறும் நேரம் வந்துவிட்டது. இந்த நாலைந்து நாள்களில் எங்களுடன் குடும்ப அங்கத்தினர் போல் பழகிவிட்டார். முக்கியமாக நீனியின் பெரிய விசிறியாகிவிட்டார். இருவரும் கட்டிப் பிடித்து முத்தம் கொடுத்து பிரியா விடை பெற்றுக்கொண்டனர்.

நாங்கள் சென்ற ஒரு மணிநேரத்துக்குப் பின் சுற்றுலாப் பயணிகளுக்கான பத்துப் பன்னிரெண்டு இருக்கைகள் உள்ள தனியாருக்குச் சொந்தமான குட்டி விமானம். காட்டில் புல்வெளியில் வந்து நின்றது.

அதுவரை வேனிலேயே காத்திருந்தோம்; விமான நிலையம் என்று எதுவும் இல்லை. ஆண் பெண் இரு பாலருக்குமான கழிப்பறை வசதி இருந்தது. வேறு கட்டிடம் ஒன்றும் இல்லை. ஆதிவாசிப்பெண்கள் அவர்களே தயாரித்த பாசிமணி நகைகளை விற்பனைக்குப் பரப்பி இருந்தார்கள். லெடாமா தழுதழுத்து விடைபெற்றுச்சென்றார். விமானம் தாழ்வாகவே பறந்து சென்றதால், தரைப் பகுதி தெளிவாகத் தெரிந்தது. இருபுறமும் கூட்டமாக மேயும் மிருகங்களும் வட்டமாக அமைந்திருக்கும் குடிசைகளும் ஆறுகளும் சிறிதான தோற்றத்தில் தெரிந்ததைப் பார்த்துக்கொண்டே சென்றோம்.

மாசை மாராவில் விமானத்திலிருந்து இறங்கியதும் தயாராக இருந்த வேனில் ஏறினோம். வழிகாட்டி ஜேக்ஸன் தன்னை அறிமுகப்படுத்திக்கொண்டார். மாசாய் இனத்தைச் சேர்ந்தவர். மாசை போராளி/வீரர் உடை அணிந்திருந்தார். கடும் சிவப்பு கலரில் முட்டுக்கு மேல் நாம் துண்டு உடுப்பதுபோல் சுற்றி இருந்தார். அதே நிறத்தில் கையில்லாத பனியன் மாதிரி மேல் உடுப்பு அணிந்திருந்தார். காது, கழுத்து, கைகளிலெல்லாம் ஏகப்பட்ட, பாசியால் செய்த நகைகள். மாசை போராளி/வீரர் என்று சொல்லிக்கொள்வதில் பெருமை. பழமையின்பேரிலுள்ள ஈடுபாடு. தோற்றத்தில் ஆடு, மாடு மேய்ப்பவர்போல் இருந்தார்.

பெண்களும் இதேபோல்தான் உடை, நகை அணிகிறார்கள். ஆண், பெண் இருபாலரின் ஆடை அணிகலன்களும் ஏகதேசம் ஒரேபோல்தான் இருக்கின்றன. ஆண்கள் எல்லோருமே மொட்டை அடித்துக் கொண்டிருந்தார்கள். பெண்கள் ஆப்பிரிக்க பாணியில் முடி வைத்துக்கொண்டிருந்தார்கள். அவர்கள் வாழ்க்கையில் நடனம் முக்கிய பங்குவகிக்கிறது. ஆண், பெண் சேர்ந்து ஆடுவதில்லை. தனித் தனிக் குழுக்களாக ஆடுகிறார்கள். வீட்டுப் பெரியவர்தான் குடும்பத்தை நிர்வகிப்பார். ஊர் கூட்டத்திலும் உள் வட்டமாக ஆண்கள் விவகாரம் பேசுவார்கள். வெளி வட்டமாக நின்று பெண்கள் விவாதத்தில் பங்கு பெறுவார்களாம்.

ஜேக்ஸன் பெரிய குடும்பத்தைச் சேர்ந்தவர். அவருடைய அப்பாவுக்குப் பதினான்கு மனைவிகள். நைரோபியில் சுற்றுச் சூழல் நிபுணரிடம் கல்வி பயின்றவர். பள்ளி ஆசிரியராக வேலை பார்த்துவிட்டு, வழி காட்டி வேலைக்கு மாறிவிட்டார். மனைவியும் ஆசிரியை. இரு குழந்தைகளும் அதே பள்ளியில் படிக்கிறார்கள். ஜேக்ஸன் வழிகாட்டி வேலை முடிந்துபோய் ஆடு, மாடு மேய்ப்பார். குழந்தைகளும், கால்நடைகளுந்தான் ஆதிவாசிகளின் சொத்து. ஆண் குழந்தைகள் மாடு மேய்ப்பதற்கும் போராளி ஆவதற்கும். பெண் குழந்தைகள் வீட்டு வேலைகளுக்கும்,

கிழங்குகள், வேர்கள், விறகுகள், யானை லத்தி போன்றவைகளைச் சேகரிப்பதற்கும் பழக்கப்படுத்தப்படுகிறார்கள். காய்ந்த யானை லத்தியை எரிபொருளாகப் பயன்படுத்துகிறார்கள்.

பெரியவர்கள் ஆகும்போது இருபாலருக்கும் கட்டாயமாக சுன்னத் செய்யப்படும். குமரிப் பெண்களுக்குக் குடிசையில் வைத்தே துருப்பிடித்த பழைய கத்தியை உபயோகித்து வலுக்கட்டாயமாக சுன்னத் செய்கிறார்கள். சடங்கின் போது பெண்கள் வலியால் துடித்துப்போய்விடுவார்கள். காயங்கள் பழுத்து தொற்று நோய் பாதிப்பு ஏற்பட்டும் பால்வினை நோய் தொற்றியும் ஆயுசுக்கும் அவஸ்தைப்படும் பெண்கள் இருக்கிறார்கள். சிறிது காலமாக கென்யா அரசாங்கம் சுன்னத் செய்வதைத் தீவிரமாகத் தடை செய்தபோதிலும் பெற்றோர்களுக்குக் கடுமையான தண்டனைகள் வழங்கிய போதிலும் பண்டைய வழக்கத்தை மீறுவது அவர்களுக்கு எளிதாக இல்லை. சுன்னத் செய்துகொண்ட பெண்களும் பையன்களுமே திருமணத்துக்குத் தகுதியானவர்களாகக் கருதப்படுகிறார்கள்.

மாசாய்கள் ஏழெட்டு குடும்பங்களாகச் சேர்ந்து வட்டமாக வீடுகளைக் கட்டிக்கொள்கிறார்கள். வீடுகளைச் சுற்றி உள்வட்டமாக முள்செடிகளை வளர்த்து வேலி அமைத்து. ஆடு மாடுகளை வேலி வட்டத்திற்குள் அடைத்து, சிங்கம், சிறுத்தையிடமிருந்து பாதுகாக்கிறார்கள். களிமண், கம்பு, புல், மாட்டுச் சாணம், மாட்டு மூத்திரம் கொண்டு வீடு கட்டுகிறார்கள். பாலும் பசுவின் ரத்தமுந்தான் அவர்களின் முக்கிய உணவு. பசுவின் கழுத்தில் குறிப்பிட்ட இடத்தில் நரம்பை வெட்டிச் சிறு துவாரம் செய்து ரத்தத்தை டம்ளரில் பிடித்துக் குடிப்பார்கள். மாட்டின் காயத்தைச் சூடு சாம்பல் வைத்து அடைத்தே குணப்படுத்திவிடுவார்களாம்; காய், கனி, கிழங்கு வகைகளும் உண்பார்கள். மாமிசம் விசேஷ தினங்கள் மட்டுமே. சுன்னச் செய்யப்பட்டவர்களுக்கும் கர்ப்பிணிகளுக்கும் நோயாளிகளுக்கும் சத்துணவாக ரத்தம் குடிக்கக் கொடுப்பார்கள். ஒரு வீட்டு மாடு வெட்டப்பட்டு எல்லோருக்கும் பகிர்ந்து அளிக்கப்படும். அடுத்த முறை வேறொருவருடைய மாடு. ஆனால் மாட்டுக்குச் சொந்தக்காரர்கள் அந்த மாமிசத்தைச் சாப்பிட மாட்டார்கள், தன் வீட்டு மாடு என்கிற மனநிலையில்.

கடைசி நாள் எங்களுடன் மதிய சாப்பாட்டிற்கு அழைத்தபோது, ஜேக்ஸன் பேண்ட் ஷர்ட்டுடன் வந்து ஆச்சரியப்படுத்தினார். அடையாளமே தெரியவில்லை.

மாசை மாராவில் இல்கிலானி என்கிற இடத்தில் வேனிலிருந்து இறங்கி வரவேற்பறைப் படியில் கால் வைத்ததுமே,

“ஜம்போ, ஜம்போ” என்று பல குரல்கள் ஒலித்தன; அவர்கள் பாஷையில் வணக்கம் சொல்லி வரவேற்கும் முறை. விமானத்தில் தருவதுபோல் சூடாக ஆவி பறக்கும் சுருட்டிய வெள்ளை டவலைத் தட்டிலிருந்து இடுக்கியால் எடுத்துத் தந்தார்கள். முகம் கைகளைத் துடைத்துக் கொண்டிருக்கும்போதே கண்ணாடி டம்ளரில் ஜில் என்ற பழ ரசம் வந்து விட்டது... அந்த வேளையில் அவர்கள் தந்த அந்த உபசரிப்பு அருமையாகத்தான் இருந்தது. ஆசுவாசத்துடன் எல்லோரும் அமர்ந்ததும், அங்குள்ள சஃபாரி பற்றி விளக்கம் தந்துவிட்டு, பெட்டி சகிதம் எங்களைக் கூடாரத்துக்கு அழைத்துச் சென்றார்கள்.

அடர்ந்த காட்டின் ஆற்றோரம் அமைந்த கூடாரம். ஆனால் நட்சத்திர ஓட்டல் அறைகளின் தரத்திலிருந்தது. சோலார் முறையில் மங்கிய வெளிச்சமுள்ள விளக்கும் வெந்நீரும் வந்தது. தண்ணீரை மிகவும் சிக்கனமாக உபயோகிக்கும்படி கேட்டுக்கொண்டார்கள்.

எந்த நிமிடமும் காட்டு மிருகங்கள் ஆற்றில் தண்ணீர் குடிக்க வரலாம். ஒவ்வொரு கூடாரத்துக்கும் மாசை வீரர் ஆயுதங்களுடன்–சிவப்பு மாசை உடையில்தான் காவலிருக்கிறார். இரண்டு நாள்கள் முன்னால், தாக்க வந்த சிங்கத்தைக் கொன்றதாகப் பெருமை பொங்க போராளி சூடான செய்தி சொன்னார். எங்கள் அடிவயிறு கலங்கியது அவருக்குத் தெரியாது. கேன்வாசால் செய்த டென்ட்; கொசுவலைதான் ஜன்னல்; கூடாரத்தின் கதவாகப் பயன்படுவது சூட் கேஸில், நம் உடைகளில் இருப்பது போன்ற ஜிப். குளித்துவிட்டு வந்து இரவு மெல்லிய வெளிச்சத்தில் கூடாரத்திலிருந்து நாங்கள் வெளியில் வந்ததும் அழைத்துப்போக டார்ச் லைட்டுடன் மாசை வீரர் வெளியில் தயாராக நின்றுகொண்டிருந்தார். சாப்பிடும் கூடத்துக்குக் கொஞ்சம் தூரமாகச் செல்ல வேண்டும். சாப்பாட்டுக் கூடத்துக்குப் பக்கத்திலும் செடிகளின் மறைவில் இரண்டு, மூன்று கேன்வாஸ் டாய்லெட் அமைத்திருக்கிறார்கள். சாப்பிட்டுவிட்டு ஓய்வு எடுத்துக்கொள்ளும் அறையில் இன்டர்நெட் வசதியும் செய்திருப்பதால் வெளி உலகத் தொடர்பும் வைத்துக்கொள்ள முடிந்தது. ஒவ்வொரு இடத்திலும் அவர்கள் யோசித்துச் செய்திருக்கும் வசதிகள் மகிழ்ச்சியை ஏற்படுத்துவதாக இருந்தன.

உணவில் சப்பாத்தி–தால், பலவகைக் கூட்டுகள். ஸாலட், பழவகைகள் போன்ற சுத்த சைவ உணவு வகைகள் தாராளமாக இருந்தன. குழந்தைகளுக்கு எந்த வகை உணவு பிடிக்கும் என்று கேட்டுத் தனியாகச் செய்து தந்தார்கள். நாங்கள் சைவ உணவு

சாப்பிடுபவர்கள் என்பது ஏஜென்ஸி மூலம் முன்கூட்டியே தெரிந்துவிட்டதால் அதற்கான ஏற்பாடுகளுடன் இருந்தார்கள்.

ஆப்பிரிக்கக் காட்டில் இப்படியொரு அருமையான இந்திய உணவா? நம்ப முடியவில்லை. நைரோபியிலிருந்து பொருள்களை வரவைக்கிறார்கள் என்பது தெரிந்தது. குடும்பத்தின் பெரியவர்களுக்கும், குழந்தைகளுக்கும் தனிப்பட்ட மதிப்பு கொடுக்கிறார்கள். என்னை அன்புடன் மம்மா என்று அழைத்து, தலைவர்கள் அமரும் நாற்காலியில் அமர வைத்த பிறகுதான் உணவு பரிமாறினார்கள். குடும்பத் தலைவரோ தலைவியோ அந்த நாற்காலியில்தான் அமர்ந்து சாப்பிட வேண்டுமென்பது அவர்களுடைய உபசரிப்பு முறை. ஆசைக்கு ஒரு தடவையாவது மனு, நீனி பக்கத்தில் அமர்ந்து சாப்பிட நினைத்த என் எளிய விருப்பம், அவர்கள் அன்புக் கட்டளையால் நிறைவேறவேயில்லை. பெரிய பீங்கான் தட்டில் பிரட், சப்பாத்தி–தால் போன்ற வகையறாக்களுடன் முட்டையும் வைத்து எனக்கு முதலில் கொண்டு வைத்தார்கள். நான் சுத்த சைவம் என்று சொன்னதும், அவர்களைப் பொறுத்தவரை முட்டைக்குள் இருந்து கோழிக்குஞ்சு எட்டிப்பார்த்தால் தான் அது அசைவம். மீதி எல்லோருமே முட்டை சாப்பிடக் கூடியவர்கள்தான் என்பதால் தட்டை மாற்றி எடுத்துக் கொண்டு, எனக்கு முட்டையில்லாத தட்டு வந்தது. முட்டைக் கறி வகைகளுக்கு மாற்றாக எனக்கு ஸ்பெஷல் அயிட்டம் ஏதாவது வந்துவிடும். பழத் துண்டுகளோ, வெஜ். சாலட்டோ கொண்டு வைத்துவிட்டு ஆவலுடன் முகத்தைப்பார்ப்பார்கள். நன்றி... மிக்க நன்றி... என்று சொன்னால் குளிர்ந்து போய்விடு வார்கள். பயிற்சி கொடுக்கப்பட்டவர்கள்தான் என்றாலும் இயற்கையாகவே உண்மையான அன்பு உள்ளவர்கள் என்பதும் தெரியும். எப்போதும் சிரித்த முகந்தான்.

ஒவ்வொருமுறை நாங்கள் வேனில் போய்விட்டு வரும் போதும் அறையைச் சுத்தம் செய்து படுக்கையைச் சரி செய்து ஒவ்வொரு படுக்கையிலும் சாக்லேட் பார் ஒன்று வைத்தும் கம்பிளி போர்வைக்கடியில் கால் பக்கம் வெந்நீர்ப் பை வைத்தும் அசத்தினார்கள். இரவு டிபனை முடித்துக்கொண்டு பத்து மணிக்குப் படுப்போம். படுக்கைக்குக் கொசுவலைபோட்டு, பூச்சிக் கடிக்கான தெளிப்பானும் வைத்திருந்தார்கள். ஆனால் நாங்கள் போயிருந்த சமயம் கொசு, பூச்சி தொல்லை இருக்கவில்லை; என்னதான் ஏற்பாடுகள் செய்திருந்தாலும் கூடாரத்தில் படுத்து உறங்குவதற்கு உள்ளுக்குள் பயம் தோன்றியது உண்மை. கனவில் மாசை வாரியார் சிங்கம் சிறுத்தையுடன் சண்டைசெய்து

எங்களைக் காப்பாற்றும் காட்சியும், நடுவில் விழிப்பு வரும்போது குரங்குகளின் கத்தலும், பறவைகளின் கிறீச்சிடலுமாக இரவு கழிந்தது.

ஐந்தரை மணிக்கு ஆவி பறக்கும் காப்பியும், பிஸ்கெட்டுமாக வந்து எழுப்பினார் வாரியார் (மாசை வீரர்). பல் தேய்த்து, கம்பளி போர்வைக்குள் அமர்ந்து காப்பியை உறிஞ்சு குடிப்பது சுகமான அனுபவந்தான். போர்வையை உதறிவிட்டு, ரெடியாகி ஆறு மணிக்குத் தங்குமிடத்திலிருந்து, தொங்கு பாலம் வழியாக ஆற்றைக் கடந்து சுருக்குப் பாதையில் வேனில் ஏறிவிடுவோம்.

மாசை மாராவில் தங்கியிருந்த அந்த மூன்று நாட்களும் மிகப் பரந்த புல்வெளியில் நாங்கள் பார்த்த மிருகங்களும் பறவைகளும் கணக்கிலடங்காதவை. அண்ணன் தம்பிகளான இளவயது நான்கு சிங்கங்கள் பிரம்மாண்ட தோற்றத்துடன், பிடரியிலும், முகத்தை சுற்றியுமுள்ள அடர்த்தியான முடிக்கற்றை காற்றில் பறக்க புல்வெளியில் உருண்டு புரண்டு படுத்துறங்கிக் கொண்டிருந்தன. திடீரென்று எழுந்து கம்பீரமாக நான்குபுறமும் பார்த்தன. அப்பொழுதுதான் நான்குமாகச் சேர்ந்து இரையை விரட்டிப் பிடித்துச் சாப்பிட்டிருக்கின்றன என்று ஜேக்ஸன் சொன்னார். எதையும் சட்டை செய்யாமல் படுத்திருக்கும் விதம் எங்களுக்கு அவைகளைக் கூர்ந்து கவனிப்பதற்கும், படம் எடுப்பதற்கும் வசதியாயிருந்தது.

நெருக்கமாக நின்று மேய்ந்து கொண்டிருந்த ஐநூறுக்கும் மேலான வரிக்குதிரைகள். தூரத்துப் பார்வைக்குக் கோடு போட்ட ஜமுக்காளத்தை விரித்ததுபோல், அற்புதமாக இருந்தன. பெரிய பெண் சிங்கங்களுடன் அக்காள் தங்கை அண்ணன் தம்பிகளாக பத்துப் பதினைந்து சிங்கங்கள் இரு பிரிவாகி சாலையின் இருபுறமுள்ள பரந்த புல்வெளியில் ஒருபுறம் வரிக்குதிரையை, மறுபுறம் இம்பாலா மானை விரட்டிப் பிடிக்க முயற்சித்து, அவை தப்பி ஓடிவிட்ட காட்சியைப் பார்க்கக் கிடைத்தது எங்கள் அதிர்ஷ்டந்தான். தாய் சிங்கங்கள் தன் குட்டிகளுக்குப் பயிற்சி கொடுத்துக்கொண்டே வேட்டையாடுகின்றன என்பதும் தெரிந்தது.

வைல்ட் பீஸ்ட் மிகவும் பயந்த சுபாவம் உள்ள மிருகமாம். எப்பவும் தலை குனிந்தபடி நடக்கும் அவைகளின் தோற்றம், சிறு சப்தத்திற்கும் பயந்து துள்ளி ஓடும் விதம் நமக்கு அவை மீது பரிதாபத்தையே ஏற்படுத்தும். ஒரு இடத்தில் புல் தீர்ந்ததும் அடுத்த புல்வெளியைத் தேடி அவை வேறு இடத்துக்குப் பிரயாணம் மேற்கொள்ளும்போது அடையும் இன்னல்கள்

சொல்லி முடியாது. இறப்புகளோ கணக்கிலடங்காதவை. ஆறுகளைத் தாண்டும்போது முதலைகள் சாப்பிடுவதும், கடித்து குதறிப்போடுவதும், மேடுகளில் ஏறும்போதும் சரிவுகளில் இறங்கும்போதும், கால்களொடிந்து, ஆகாரம் இல்லாமல் இறப்பது என்பதெல்லாம், வருடத்தில் லட்சத்திற்குமேல் இருக்குமாம். அதன் பிறப்பு விகிதமும் அதிகம். நாங்கள் அங்கிருந்த மூன்றாவது நாள் மாசை மாரா நதியைப் பார்க்கச் சென்று கொண்டிருந்ததோம். வெகு தூரத்திலிருந்தே, வேனிலிருந்து பார்க்கும்பொழுது எதிர்த்தாற்போல் தெரிந்த மிகப் பரந்த புல்வெளியில் பல்லாயிரக்கணக்கான வில்ட் பீஸ்ட்டுகள் மேய்ந்து கொண்டிருந்தது, எறும்புக் கூட்டம்போல் தோற்றம் தந்தது. அருகில் செல்லச் செல்ல அவைகளின் முழு உருவமும் தெளிவாகத் தெரிந்தன. லட்சத்துக்கு மேல் இருக்குமென்றார் ஜேக்ஸன். மிகப் பெரும் கூட்டத்தைப் பார்த்த பிரமிப்பு நீங்க எங்களுக்குச் சிறிது நேரம் தேவைப்பட்டது. சிறிது தூரத்தில் இரண்டு பெண் சிங்கங்கள் காட்டெருமையொன்றை கடித்துக் குதறி கீழே சாய்த்துக்கொண்டிருந்ததைப் பார்க்கச் சகிக்காமல் நகர்ந்துவிட்டோம்.

மாரா நதியின் கரையில் பார்வை கிடைக்கும் (வியூ பாய்ண்ட்) மேடான இடத்தில் வேனை நிறுத்தினார் ஜேக்ஸன். வேனிலிருந்து இறங்கி நதியின் நடுவிலிருக்கும் பாறைகளுக்கு மேல் வெயில் காயும் ஏராளமான பெரிய முதலைகளையும், தூரத்து பார்வைக்குப் பல்லி போல் தோற்றம் தரும் அதன் குட்டிகளையும் பார்த்தோம். மிகப் பெரிய நீர் யானைகள் பாறையோடு பாறையாக இரண்டு பாறைகளுக்கிடையில் தண்ணீரில் படுத்திருந்ததை, மேலிருந்து மனு நீனியுடன் சேர்ந்து கண்டுபிடித்து எண்ணுவது, அவர்களுக்கு வேடிக்கையான விளையாட்டாக இருந்தது. பன்றி குட்டியின் அளவேயுள்ள அவற்றின் குட்டிகள் அருகில் நின்று கொண்டிருந்தன. நீர் யானைகள் அடிக்கடி தண்ணீருக்கு வெளியில் வந்து மூச்சு விட்டன. ஒன்றிரண்டு கரையில் வந்து படுத்து வெயில் காய்ந்து கொண்டிருந்ததையும் பார்க்க முடிந்தது. ஒவ்வொன்றும் ராட்ஸச உருவம்; நாங்கள் போயிருந்த வேளை எல்லா காட்டு மிருகங்களுமே குட்டி போடும் பருவமாக இருந்திருக்கிறது. எல்லா மிருகங்களின் குட்டிகளும் ஒவ்வொரு விதத்தில் அழகழகாய் இருந்தன.

நதி முடிந்து மேட்டுப்பாங்கான இடத்தில் வேனை நிறுத்தினார் ஜேக்ஸன். ரிஃப்ட் வேலி முடியும் பிரதேசம். பூமியின் முழு வட்டமும் தெரிகிறது. உலகம் பிரம்மாண்டமாக,

பேரழகாகத் தெரிகிறது. அங்கும் இங்கும் ரஸித்தபடி நடந்தோம். சூரியன் மறையும் தருவாய். மேகங்களுக்குள் மறைவதும், வெளிப்படுவதுமான ஜாலங்கள். அதனால் ஆகாயத்தில் ஏற்படும் வர்ணமயமான நிறமாற்றம்.. மனசில்லா மனசுடன் கீழிறங்கினோம்.

நாள்கள் போனதே தெரியாமல் எங்கள் கென்யா சஃபாரி முடிவடைந்தது. மாசை மாராவில் இல்கிலானி காட்டில் கான்வாஸ் கூடாரத்தில் தூங்கிய அந்த மூன்று இரவுகள் மறக்க முடியாதவை. இல்கிலானி வரவேற்பறையில் உண்டியல் பெட்டிபோல் வைத்திருக்கிறார்கள். நமக்கு உதவியாளராக இருந்தவர்களுக்குத் தனித்தனியாக இனாம் கொடுக்காமல் மொத்தத் தொகையையும் அந்தப் பெட்டியில் போடச் சொல்கிறார்கள். அவர்களே பிரித்துக்கொள்வார்கள். நமக்கும் பொறுப்பு குறையும். நல்ல ஏற்பாடாகத் தோன்றியது.

மறுநாள் நைரோபிக்குச் செல்ல விமானநிலையம் போவதற்கு முன்னால் ஜேக்ஸனின் மனைவி வேலை பார்க்கும் பள்ளியைப் பார்வையிடச் சென்றோம். லாய்கெரி ஆரம்பப் பள்ளி என்று பெயர். ஃப்ரிடெரிக் க்ரோடடெஸ்க் என்பவரின் அக்கறையால் 1999இல் நிறுவப்பட்ட பள்ளி. பழங்குடி குழந்தைகளுக்கு வரப்பிரசாதமாக அமைந்திருக்கிறது. நன்கொடைகள் தாராளமாகக் கிடைக்கின்றன. தரமான கல்வி கொடுக்கப்படுகிறது என்பதை அதன் தாளாளர் புள்ளி விவரங்களுடன் சொன்னார். சுற்று வட்டாரக் கிராமங்களிலுள்ள எழுநூறு, எண்ணூறு, மாணவ, மாணவிகள்வரை படிக்கிறார்கள். அன்று சனி விடுமுறை என்பது தெரிந்தும் வேறு வழி இல்லாததால் போனோம்; கிராமத்தில் பழங்குடிக் குழந்தைகள் படிக்கும் பள்ளி ஒன்றைப் பார்வையிடும் எண்ணத்தில். ஆரம்ப வகுப்பிலிருந்து ஒன்பது வகுப்புவரை பள்ளியிலேயே தங்கிப் படிக்கும் மாணவ மாணவிகளைப் பார்த்துப் பேசிப் பழகியது மகிழ்ச்சியாயிருந்தது.

பள்ளியிலிருந்து விமானநிலையம் சென்றோம். ஜேக்ஸனும் எங்களுடன் நன்கு பழகிவிட்டதால் விடைபெறும்போது வருத்தத்துடன் பிரிந்தார். இந்த விமானம் மேலே கிளம்பி உயரத்தில் பறந்து நைரோபி வந்து சேர்ந்தது. எல்லோரும் எக்கா ஹோட்டல் வந்தடைந்தோம்.

நாங்கள் கென்யா நகரம் ஒன்றைப்பார்த்தது நைரோபி விமான நிலையத்திலிருந்து எக்கா ஓட்டலுக்குப் போனது, பயணம் முடிந்து அதே ஓட்டலிலிருந்து விமானநிலையம்

சென்றது வரையும்தான். மீதி நாள்கள் காடுகளில்தான்; பசுமையும், வறட்சியும் நிறைந்த மரம், செடி, கொடி, புல்வெளிகளுக்கிடையில் பறவைகள், மிருகங்களுடனும் மிகவும் பிரியத்துடன் குழைவாகப் பழகும் ஆதிவாசி மக்களுடனும் வெளி உலகத்தை மறந்து, லயித்துப்போய் இருந்தோம்.

என்றும் நினைவில் நிற்கும் அனுபவம்.

காலச்சுவடு ஏப்ரல் 2014